പ്രതിഭകൾ

prathibhakal

•

e k nayanar

•

first edition
march 2020

•

typesetting
sreebhadra, thiruvananthapuram

•

published
chintha publishers, thiruvananthapuram

•

•

cover
ratheesh vincent

•

Distribution

DESHABHIMANI BOOK HOUSE

H O Thiruvananthapuram 695035
phone: 0471-2303026, 6063026
Email: chinthapublishers@gmail.com
Website: www.chinthapublishers.com

Branch

Head Office Kunnukuzhi • Statue Thiruvananthapuram • KSRTC Bus Station Alappuzha • KSRTC Bus Station Ernakulam • Machingal Lane Thrissur • IG Road Kozhikode • Mavoor Road Kozhikode • NGO Union Building Kannur • Central Bus Terminal Complex Thavakkara Kannur

CO - 2923 / 5237
ISBN - 978-93-89410-82-2

പ്രതിഭകൾ

ഇ കെ നായനാർ

ചിന്ത പബ്ലിഷേഴ്സ്
തിരുവനന്തപുരം-695 035

ഇ കെ നായനാർ

1918 ൽ കല്യാശ്ശേരിയിൽ ജനിച്ചു. വിദ്യാർഥിയായിരിക്കുമ്പോൾത്തന്നെ രാഷ്ട്രീയത്തിൽ ആകൃഷ്ടനായി. ബാലസംഘം, വിദ്യാർഥിഫെഡറേഷൻ, യുവജനസംഘം തുടങ്ങിയ സംഘടനകളിൽ പ്രവർത്തിച്ചു.

കയ്യൂർ കേസിൽ പ്രതി. പിടികൊടുക്കാതെ ഒളിവിൽ പോയി. 1940 മുതൽ 1946 വരെയും 1948 മുതൽ 1951 വരെയും അടിയന്തരാവസ്ഥക്കാലത്തും ഒളിവിൽ.

1939 ൽ ആറോൺ മില്ലിലെ സമരത്തോടനുബന്ധിച്ച് ആദ്യമായി അറസ്റ്റിലായി. 1962 ലും 1964 ലും ജയിലിൽ കിടന്നു. അവിഭക്ത കമ്യൂണിസ്റ്റ്പാർട്ടിയുടെ സംസ്ഥാന എക്സിക്യൂട്ടീവിലും നാഷണൽ കൗൺസിലിലും അംഗം. കോഴിക്കോട് ജില്ലാ കമ്മിറ്റി സെക്രട്ടറി. 1964 ൽ സി പി ഐയുടെ നാഷണൽ കൗൺസിലിൽനിന്ന് ഇറങ്ങിവന്ന 32 പേരിലൊരാൾ.

സി പി ഐ (എം) രൂപംകൊണ്ടത് മുതൽ കേന്ദ്രക്കമ്മിറ്റി അംഗം. 2004 മേയ് 19 ന് മരിക്കുംവരെ പൊളിറ്റ് ബ്യൂറോ അംഗം.

1967–70 ൽ പാർലമെന്റ് അംഗം. 1980–82 ലും 1987–91 ലും 1996 – 2001 ലും മുഖ്യമന്ത്രിയായി തിരഞ്ഞെടുക്കപ്പെട്ടു. കേരളത്തിൽ ഏറ്റവും കൂടുതൽ കാലം മുഖ്യമന്ത്രിപദം അലങ്കരിച്ചു.

1946–48, 1951–52, 1960–65 കാലത്ത് *ദേശാഭിമാനി* പത്രാധിപസമിതി അംഗം. *ദേശാഭിമാനി*യുടെ ചീഫ് എഡിറ്ററായും പ്രവർത്തിച്ചിട്ടുണ്ട്.

വിപ്ലവാചാര്യനായ ലെനിൻ, കാൾ മാർക്സ്, പുരോഗമന സാഹിത്യചരിത്രാവലോകനം, മാർക്സിസം ഒരു മുഖവുര, കേരളം ഒരു രാഷ്ട്രീയപരീക്ഷണശാല, കേരളചരിത്രത്തിലെ ചില ഏടുകൾ, ഓർമയിൽ ജീവിക്കുന്നവർ, ഗാന്ധി –നെഹ്റു: ഒരു പഠനം, ഒരു കമ്യൂണിസ്റ്റുകാരന്റെ കുടുംബബന്ധങ്ങൾ, സാഹിത്യവും സംസ്കാരവും, My Struggle, വിപ്ലവാചാര്യൻമാർ, എന്റെ ചൈനാ ഡയറി, നേരെ ചൊവ്വെ, ഗോമാംസം മുതൽ ചന്ദനക്കുറി വരെ തുടങ്ങിയവയാണ് പ്രധാന കൃതികൾ.

ഉള്ളടക്കം

പ്രസാധകക്കുറിപ്പ്

ബഹുമുഖ പ്രതിഭയായ രാഷ്ട്രീയ നേതാവും ഭരണാധികാരിയുമായിരുന്നു ഇ കെ നായനാർ. കയ്യൂർ കേസിൽ നിന്നും തലനാരിഴയ്ക്ക് രക്ഷപ്പെട്ട ഇ കെ നായനാർ കേരളത്തിലെ കമ്യൂണിസ്റ്റ് പ്രസ്ഥാനത്തിന്റെ പ്രധാന അമരക്കാരിലൊരാളും ഏറ്റവും കൂടുതൽകാലം കേരള മുഖ്യമന്ത്രി സ്ഥാനം വഹിച്ചയാളുമാണ്. അദ്ദേഹം ദിനപ്പത്രങ്ങളിലും സമകാലിക പ്രസിദ്ധീകരണങ്ങളിലും എഴുതിയ ലേഖനങ്ങളും പ്രമുഖരുടെ ഓർമ്മയ്ക്കായി നടത്തിയ അനുസ്മരണ പ്രഭാഷണങ്ങളും അടങ്ങിയ ഗ്രന്ഥമാണ് *പ്രതിഭകൾ*. തങ്ങൾ ജീവിച്ച കാലഘട്ടത്തെ മാറ്റിമറിക്കാനും മനുഷ്യരെ കുറെക്കൂടി ഉയരങ്ങളിലെത്തിക്കാനും ശ്രമിച്ച വ്യക്തിത്വങ്ങളെയും അവരുടെ ചിന്തകളെയും സംഭാവനകളെയും പരിചയപ്പെടുത്തുകയാണീ ഗ്രന്ഥത്തിൽ. വിദ്യാർത്ഥികൾക്കും സാമാന്യ വായനക്കാർക്കും ഒരുപോലെ പ്രയോജനപ്പെടുന്ന ഈ ഗ്രന്ഥം വായനക്കാർക്കുമുന്നിൽ അവതരിപ്പിക്കുന്നു.

ചിന്ത പബ്ലിഷേഴ്സ്

അദ്വൈതവും ശ്രീശങ്കരന്റെ പ്രസക്തിയും

ആയിരത്തി ഇരുന്നൂറോളം വർഷങ്ങൾക്കുമുമ്പ് ജീവിച്ചിരുന്ന ഒരു മഹാവ്യക്തിയുടെ സംഭാവനകളെയാണ് ഇന്ന് ഇവിടെ വിലയിരുത്തുന്നത്. ഇന്ത്യയുടെ തെക്കേയറ്റത്ത്, ഈ കൊച്ചു കേരളത്തിൽ, പിറന്ന് ഇന്ത്യയുടെ തെക്കും വടക്കും കിഴക്കും പടിഞ്ഞാറും സഞ്ചരിച്ച് അഗാധമായ അറിവ് നേടി തീരെ ചെറുപ്പത്തിൽത്തന്നെ അന്തരിച്ച ശ്രീശങ്കരാചാര്യർ ഭാരതീയ തത്ത്വചിന്തയെ ലോകചിന്താപദ്ധതിയുടെ അഗ്രിമ സ്ഥാനത്ത് പ്രതിഷ്ഠിക്കാൻ ശ്രമിച്ച പ്രതിഭാശാലിയാണ്.

നൂറ്റാണ്ടുകൾക്കുശേഷം ഇന്നും നമ്മിൽ ആദരവും അത്ഭുതവും ജനിപ്പിക്കുകയും നമ്മെ ചിന്തിപ്പിക്കാൻ പ്രേരിപ്പിക്കുകയും ചെയ്യുന്ന ഒരപൂർവ്വ വ്യക്തിത്വമാണ് ശങ്കരാചാര്യരുടേത്.

അദ്വൈത വേദാന്ത ചിന്തയുടെ അടിസ്ഥാന പ്രമാണങ്ങൾ വേദോപനിഷത്തുക്കളിലൂടെ വെളിവാക്കപ്പെട്ടിട്ടുണ്ടെങ്കിലും അദ്വൈതമതത്തിന് ഭാരതീയ ദർശനങ്ങളുടെ ഇടയിൽ ആദരണീയമായ ഒരു പദവി നേടിക്കൊടുത്തത് ശങ്കരാചാര്യരായിരുന്നു.

ഹിന്ദുമത വേദോപനിഷത്തുക്കളിലെ മൗലിക സിദ്ധാന്തങ്ങളിൽ നിന്നും താണിറങ്ങി ആചാരാനുഷ്ഠാനങ്ങളുടെ ജഡജീർണ്ണതയിൽ അടിഞ്ഞുകൂടുകയും ബുദ്ധമത സിദ്ധാന്തങ്ങളെയും ഭാരതീയ ഭൗതിക ചിന്തയുടെ മൗലിക പ്രമാണമായ ചാർവ്വാകമതത്തെയും നേരിടാൻ കെല്പില്ലാതാവുകയും ചെയ്ത ഒരു കാലഘട്ടത്തിലാണ് ശങ്കരാചാര്യർ സ്വാനുഭവജ്ഞാനത്തിന്റെ പിൻബലത്തോടെ, വിദഗ്ദ്ധമായ താർക്കികശേഷിയോടെ, എതിരാളികളെ നേരിട്ടുകൊണ്ട് അദ്വൈത മതത്തിന് ഉയർന്ന ഒരുസ്ഥാനം കൈവരിക്കാൻ ഇടയാക്കിയത്. പ്രസന്നവും ഗാംഭീര്യവുമായ ശൈലിയിൽ *ഉപനിഷത്തുക്കൾ, ഭഗവദ്ഗീത, ബ്രഹ്മസൂത്രം* ഇവയുടെ

ഭാഷ്യങ്ങളിലൂടെയും *വിവേകചൂഢാമണി, ശതശ്ലോകി* തുടങ്ങിയ കൃതികളിലൂടെയും ആചാര്യർ സ്വമതം സ്ഥാപിച്ചുറപ്പിച്ചു. ഇതിനെ നാം മാനിക്കുന്നു.

പ്രാചീന ഭാരതം നേടിയ ശാസ്ത്രീയജ്ഞാനത്തിന്റെ വിശേഷിച്ച്, ഗണിതശാസ്ത്രം, ഊർജ്ജതന്ത്രം പ്രകൃതിശാസ്ത്രം എന്നിവയിൽ നേടിയ അറിവിനോടൊപ്പം വളർന്ന ഭൗതികചിന്താപദ്ധതിക്ക് ബുദ്ധമതത്തിലെ ജാതിഭേദരഹിതമായ സമുദായ സങ്കല്പത്തിന്, ഒരർത്ഥത്തിൽ കടിഞ്ഞാണിടുകയല്ലേ ശങ്കരമതം ചെയ്തത്? ഒരേസമയം ഹിന്ദുമതത്തിന്റെ പരിശുദ്ധി നിലനിർത്താനും അതേസമയംതന്നെ ബ്രാഹ്മണ പൗരോഹിത്യത്തിന്റെ ആധിപത്യം ഉറപ്പിക്കാനും ശങ്കരാചാര്യരുടെ ചിന്തയും പ്രവൃത്തിയും സഹായകമായില്ലേ?

ബ്രഹ്മമാണ് സത്യം ലോകം മിഥ്യയാണ്

ബ്രഹ്മമാണ് സത്യം. ലോകം മിഥ്യയാണ്, ജീവൻ ബ്രഹ്മത്തിൽനിന്നും വ്യത്യസ്തമല്ല എന്നു സ്ഥാപിക്കാൻ ശ്രമിച്ച ശങ്കരാചാര്യർ സ്വന്തം ഹ്രസ്വ ജീവിത കാലയളവിനുള്ളിൽ ഇന്ത്യയിലാകെ ചുറ്റി നടന്ന് നാലിടത്ത് നാല് മഠങ്ങൾ, സ്വമത പ്രചാരണ കേന്ദ്രങ്ങൾ, സ്ഥാപിച്ച് കാലഗതി പ്രാപിക്കുമ്പോൾ അദ്ദേഹം മായയിൽനിന്ന് മുക്തനാകുകയാണോ മായയുടെ വ്യാവഹാരിക തലത്തെ അംഗീകരിക്കുകയാണോ ചെയ്തത്?

ഈ സംശയങ്ങൾക്കിടയിലും ആചാര്യർ ഉയർത്തിപ്പിടിച്ച ഒന്നുണ്ട്:

ഈശ്വരൻ മനുഷ്യരിൽത്തന്നെ അടങ്ങിയിരിക്കുന്നു; മനുഷ്യൻ ദൈവമാണ് എന്നതിലേക്ക് നയിക്കുന്ന ഒരു ചിന്താസരണി. അതിന് ഊന്നൽ നല്കികൊണ്ടാണ് പില്ക്കാലത്ത് സ്വാമി വിവേകാനന്ദൻ പറഞ്ഞത്:

"God is in me why should I accept the indiginities of the world? Rather it is business to abolish them."

രണ്ട് ആചാര്യന്മാരും വ്യത്യസ്ത കാഴ്ചപ്പാടും

ശങ്കരാചാര്യരുടെ ചിന്തകളെയും പ്രവൃത്തികളെയും ഇന്ന് പുതിയ കാഴ്ചപ്പാടിൽ കാണാനും വ്യാഖ്യാനിക്കാനും നമുക്ക് കഴിയണം. നൂറ് വർഷം മുമ്പ് ജീവിച്ചിരുന്ന മറ്റൊരു വേദാന്തി – ശ്രീനാരായണഗുരു ശ്രമിച്ചത് അതായിരുന്നു. അതുകൊണ്ടാണ് ശങ്കരാചാര്യർ മതചിന്തകനും മത പരിഷ്കർത്താവുമായിരുന്നപ്പോൾ, ശ്രീനാരായണഗുരു മതചിന്തകനും സാമൂഹിക പരിഷ്കർത്താവുമായത്. കണ്ണാടി പ്രതിഷ്ഠയിലൂടെ അദ്വൈതത്തിന് ഭാഷ്യം ചമച്ച ശ്രീനാരായണഗുരു ഈശ്വരനെപ്പോലും:

"അന്നവസ്ത്രാതി മുട്ടാതെ
തന്നു രക്ഷിച്ചു ഞങ്ങളെ
ധന്യരാക്കുന്ന നീയൊന്നു
തന്നെ ഞങ്ങൾക്കു തമ്പുരാൻ"

എന്ന ഭൗതിക വീക്ഷണത്തിലേക്ക് എത്തിച്ചേരുകയാണ്.

ഭൗതികവീക്ഷണം ഇന്ന് വളർന്ന് വികസിച്ച് മാർക്സിസത്തിന്റെ അടിസ്ഥാനത്തിൽ പുരോഗമിച്ചുകൊണ്ടിരിക്കുകയാണ്; പുഷ്ടി പ്രാപിക്കുകയാണ്. പട്ടിണിയും കഷ്ടപ്പാടുമില്ലാത്ത സർവ്വതോമുഖമായ പുരോഗതി ലക്ഷ്യമാക്കുന്ന ഒരു സാമൂഹ്യവ്യവസ്ഥയാണ് അതിന്റെ വീക്ഷണം.

കാലാനുസൃതമായ വീക്ഷണം

ശങ്കരാചാര്യർ സാധാരണക്കാരന് അനഭിഗമ്യനായും ശ്രീനാരായണഗുരു അഭിഗമ്യനായും തീർന്നിരിക്കുന്നത് കാലാന്തരം കൊണ്ടല്ല വീക്ഷണ വ്യത്യാസം കൊണ്ടാണ്, അല്ലെങ്കിൽ ശങ്കരചിന്തയുടെ അടിസ്ഥാനത്തിലെയും വ്യാഖ്യാനത്തിലെയും പ്രചാരണത്തിലെയും സങ്കുചിതമായ സമീപനംകൊണ്ടാണ്.

ഇതിന് മാറ്റം വരണം. ചില സന്ന്യാസിമാരുടെയും മതമൗലികവാദി കളുടെയും ഉരുക്കുമുഷ്ടിയിൽനിന്ന് ശങ്കരാചാര്യരെ മോചിപ്പിക്കേണ്ട തില്ലേ? അതിനു തുടക്കംകുറിക്കട്ടെ ഇന്നത്തെ ചർച്ചകൾ എന്ന് ഞാൻ പ്രത്യാശിക്കുന്നു.

ലോക തത്ത്വചിന്താവേദിയിൽ തന്റെ വിശ്വാസത്തിനനുസരിച്ച് പ്രശാന്തമായ ചിന്തയുടെ മുക്തഫലങ്ങൾ വിതച്ച് എന്നും ഒരു വിസ്മയമായി നിലകൊള്ളുന്ന മഹാനായ ഈ കേരളീയന്റെ, ഭാരതീയന്റെ, പേരിൽ അഭി മാനിച്ചുകൊണ്ട് ഞാൻ ചുരുക്കുന്നു.

(ശ്രീശങ്കരാചാര്യരുടെ 1200-ാമത് ജന്മവാർഷികാഘോഷങ്ങളോടനുബന്ധിച്ച് കാലടിയിൽ ചെയ്ത പ്രസംഗം, ഏപ്രിൽ 23, 1989)

നബിയുടെ സിദ്ധാന്തവും സാമൂഹിക വീക്ഷണവും

ആയിരമായിരം കൊല്ലങ്ങൾ നീണ്ടുനില്ക്കുന്ന മാനവസംസ്കാരത്തിന്റെ ചരിത്രം പഴയ ആശയങ്ങളും പുതിയ ആശയങ്ങളും തമ്മിലുള്ള നൂറുനൂറു സംഘട്ടനങ്ങൾ വിവരിക്കുന്നുണ്ട്. ഈ സംഘട്ടനങ്ങൾമൂലം പഴയ ആശയങ്ങളും സിദ്ധാന്തങ്ങളും വീക്ഷണങ്ങളും തകരുകയും പുതിയവ വിജയം കൈവരിക്കുകയും ചെയ്തു പോന്നിട്ടുണ്ട്. ഈ വിജയങ്ങളുടെ ആകത്തുകയാണ് മനുഷ്യരാശിയുടെ പുരോഗതി എന്നതുകൊണ്ട് നാം ഉദ്ദേശിക്കുന്നത്.

ഹിജ്റയെപ്പറ്റി ചിന്തിക്കുമ്പോൾ, മനുഷ്യമോചനത്തിനു വേണ്ടിയുള്ള സമരത്തിലെ ഒരു വഴിത്തിരിവായിട്ടാണ് നാം അതുകാണുന്നത്. അന്നുവരെ നിലവിലുണ്ടായിരുന്ന വിശ്വാസങ്ങൾക്കും ആചാരങ്ങൾക്കുമെതിരായി മുഹമ്മദുനബി തന്റെ വെളിപാടുകൾ പ്രചരിപ്പിക്കാൻ ശ്രമിച്ചു. അതിനെതിരായി അന്നത്തെ സ്ഥാപിത താല്പര്യക്കാർ പീഡനം അഴിച്ചുവിട്ടു. ഇവയെ നേരിട്ടുകൊണ്ട് മെക്കയിൽ തന്റെ സിദ്ധാന്തം പ്രചരിപ്പിക്കുവാൻ സാദ്ധ്യമല്ലാതായിത്തീരുകയും തൽഫലമായി അവരുടെ മർദ്ദനത്തിൽ നിന്നും പീഡനങ്ങളിൽനിന്നും രക്ഷപ്പെടുവാൻ മുഹമ്മദുനബി മെക്കവിട്ട് ഓടിപ്പോകാൻ നിർബ്ബന്ധിതനാവുകയും ചെയ്തു.

അദ്ദേഹം സ്വന്തം അനുയായികളോടുകൂടി മെദീനയിൽ അഭയം തേടി. ഈ സംഭവത്തിന്റെ സ്മരണ അനശ്വരമാക്കുന്ന ഒന്നാണ് 'ഹിജറാ' ദിനാഘോഷം. ഇസ്ലാംമതത്തിന്റെ സ്ഥാപനദിനമായും ഈ ദിനം പരിഗണിക്കപ്പെടുന്നുണ്ട്. അങ്ങനെ നോക്കുമ്പോൾ, ഇസ്ലാം മതത്തിന് ആയിരത്തിനാന്നൂറ് സംവത്സരം പ്രായമാകുകയും പതിനഞ്ചാമത്തെ നൂറ്റാണ്ടിലേക്ക് അത് കാലെടുത്തു കുത്തുകയും ചെയ്തിരിക്കുന്നു.

ഇസ്ലാംമതം ഇന്ത്യയിൽ

ഇസ്ലാമും ഇന്ത്യയുമായുള്ള ബന്ധം വളരെ പഴക്കമുള്ള ഒന്നാണ്. ഇസ്ലാംമതം ആദ്യമായി വ്യാപിച്ചത് അറബി രാജ്യങ്ങളിലാണെന്ന വസ്തുത നമുക്കെല്ലാം അറിവുള്ളതാണ്. അറബികൾ ഇസ്ലാംമതം സ്വീകരിക്കുന്നതിന് മുമ്പുതന്നെ, ഇന്ത്യയുമായി ബന്ധപ്പെടുകയുണ്ടായി.

ചരിത്രപരമായി പരിശോധിച്ചാൽ, നമ്മുടെ കൊച്ചുകേരളവും അറബികളും തമ്മിലുള്ള വ്യാപാരബന്ധങ്ങൾക്ക് ഇസ്ലാം മതത്തേക്കാൾ നൂറ്റാണ്ടുകൾ തന്നെ കൂടുതൽ പഴക്കമുണ്ട്. കൊടുങ്ങല്ലൂരിൽ അവർ എത്തുകയും നാമുമായി വ്യാപാരബന്ധങ്ങളിൽ ഏർപ്പെടുകയും ചെയ്തുപോന്നുവെന്നത് ചരിത്രസത്യമാണ്. പിന്നീട് ചിലർ കോഴിക്കോട്ട് വന്നിറങ്ങുകയും അങ്ങനെ കേരളവുമായിട്ടുള്ള വ്യാപാര – സാംസ്കാരിക ബന്ധങ്ങൾ കൂടുതൽ വിപുലമാക്കുകയും ചെയ്തു.

ഈ കാലഘട്ടത്തിൽത്തന്നെ മറ്റു വിദേശരാജ്യങ്ങളിൽനിന്നും പലരും നമ്മുടെ കേരളത്തിലെത്തുകയുണ്ടായി. ഇവരിൽ ക്രിസ്ത്യൻ മിഷനറിമാരും ഉൾപ്പെടുന്നുണ്ട്. ക്രിസ്തുവിന്റെ ശിഷ്യന്മാരിലൊരാളായ വിശുദ്ധ തോമസ് കേരളത്തിൽ വന്നുവെന്നും മതസ്ഥാപനം നടത്തിയെന്നും ഒരു ഉറച്ച വിശ്വാസം നമ്മുടെ നാട്ടിലുണ്ട്. അറബിദേശങ്ങളിൽനിന്നു വന്നവർ ആദ്യകാലങ്ങളിൽ കേവലം അറബികളായിട്ടാണ് അന്ന് നാമുമായി ഇടപഴകിയത്. എന്നാൽ ഇസ്ലാംമതം സ്ഥാപിച്ചതിനുശേഷം അവർ ഇസ്ലാംമത വിശ്വാസികളായിട്ടാണ് നാമുമായിട്ടുള്ള ബന്ധം തുടർന്നുപോന്നത്.

അങ്ങനെ നൂറ്റാണ്ടുകൾ പഴക്കമുള്ള ഈ ബന്ധം ഇരുകൂട്ടരുടെയും ജീവിത സാംസ്കാരികഗതിയിൽ സ്വാധീനം ചെലുത്തിയിട്ടുണ്ട് എന്ന വസ്തുത ആർക്കും നിഷേധിക്കാനാവുകയില്ല.

ലളിതമായ മതതത്ത്വം

മുഹമ്മദ് നബിയുടെ വെളിപാടുകൾ സാധാരണക്കാർക്ക് ഗ്രഹിക്കാവുന്ന തത്ത്വങ്ങളും അവർക്ക് സ്വീകാര്യമായ ആദർശങ്ങളും ഉൾക്കൊള്ളുന്നവയായിരുന്നു. അതുകൊണ്ടുതന്നെ അതിനുമുമ്പുള്ള മറ്റേതൊരു വിശ്വാസ പ്രമാണങ്ങളേക്കാൾ അതിവേഗം അത് ലോകത്തിന്റെ നാനാഭാഗത്തും വ്യാപിക്കുകയുണ്ടായി.

വിശ്വാസത്തോടൊപ്പം കർമ്മവും കൂടി ചേർന്നെങ്കിലേ യഥാർത്ഥ ഇസ്ലാം ആകുകയുള്ളൂ എന്ന സിദ്ധാന്തം അദ്ദേഹം ഉയർത്തിപ്പിടിച്ചു. എല്ലാ വിശ്വാസികളും വർഗ്ഗ – വർണ്ണ വ്യത്യാസമില്ലാതെ, സാമൂഹ്യവും സാമ്പത്തികവുമായ ഉച്ചനീചത്വങ്ങൾ കണക്കിലെടുക്കാതെ, സമൂഹത്തിലെ തുല്യപങ്കാളികളെന്ന അടിസ്ഥാനത്തിൽ പെരുമാറുകയും പ്രവർത്തിക്കുകയും ചെയ്യണമെന്ന ആശയം, അദ്ദേഹം നടപ്പിലാക്കുകയുണ്ടായി.

മതവിശ്വാസത്തിന്റെ കാര്യത്തിലെന്നപോലെ തന്നെ സാമൂഹ്യ - സാമ്പത്തിക സാംസ്കാരിക കാര്യങ്ങളിലും ഇസ്ലാം വ്യക്തമായ നിർദ്ദേശം നല്കുകയുണ്ടായി. അംഗീകൃത പുരോഹിതവർഗ്ഗമോ വൈദികസഭയോ ഇല്ലാതെതന്നെ സിദ്ധാന്തങ്ങളുടെ അടിസ്ഥാനത്തിൽ, അവയുടെ ജനാധിപത്യപരമായ പ്രയോഗത്തിന്റെ അടിസ്ഥാനത്തിൽ ജനകോടികളെ ഒറ്റക്കെട്ടായി അണിനിരത്താൻ കഴിഞ്ഞ തത്ത്വസംഹിത എന്ന ഒരു പദവി ഇസ്ലാമിനുണ്ട്.

മനുഷ്യരെല്ലാം സമന്മാർ എന്ന തത്ത്വം

സാമ്പത്തികരംഗത്ത് അത് മുന്നോട്ടുവച്ച ആശയങ്ങൾ സാമാന്യജനങ്ങളെ അങ്ങേയറ്റം ആകർഷിക്കുന്നതായിരുന്നു. മഴവെള്ളംകൊണ്ട് കൃഷിചെയ്യപ്പെടുന്ന ഉല്പന്നങ്ങളുടെ പത്തിലൊന്ന് സൗജന്യമായി നല്കണമെന്ന് അത് നിർദ്ദേശിക്കപ്പെട്ടു. മറ്റുതരത്തിൽ ജലസേചനം നടത്തി കൃഷി ചെയ്തു ലഭിക്കുന്ന ഉല്പന്നങ്ങളുടെ അഞ്ചിലൊന്ന് ഇപ്രകാരം വിതരണം ചെയ്യണമെന്നായിരുന്നു വ്യവസ്ഥ. അതുപോലെതന്നെ, കൈയിലിരിപ്പു പണത്തിന്റെ രണ്ടര ശതമാനവും ഇപ്രകാരം വിതരണം ചെയ്യണമെന്നും നിർദ്ദേശിക്കപ്പെട്ടു. മാത്രമല്ല, മനുഷ്യൻ മനുഷ്യനെ ചൂഷണം ചെയ്യുന്ന പലിശ സമ്പ്രദായം നിശ്ശേഷം നിരോധിക്കപ്പെട്ടിരുന്നു. മറ്റു വാക്കുകളിൽ പറഞ്ഞാൽ, സ്വത്ത് ധനികരിൽ മാത്രമായി കുമിഞ്ഞുകൂടുന്ന സമ്പ്രദായത്തെ *ഖുർആൻ*, ഈ സിദ്ധാന്തങ്ങൾവഴി നിരോധിക്കുകയാണു ചെയ്തത്.

ആദ്യത്തെ ഖലീഫാ ഭരണകാലത്ത് നിർബ്ബന്ധിത നികുതി എന്ന നിലയിൽ സക്കാത്ത് പിരിച്ചെടുത്ത് വിതരണംചെയ്തു. അന്നുതന്നെ ധനികരിൽനിന്നും ഇതിന് എതിർപ്പ് ഉണ്ടായെങ്കിലും അതു വകവച്ചു കൊടുക്കാൻ ഖലീഫാ തയ്യാറായില്ല. രണ്ടാമത്തെ ഖലീഫായുടെ ഭരണകാലത്തും ഈ വ്യവസ്ഥ പ്രയോഗത്തിലിരുന്നു. ധനികരുടെ സ്വത്തിന്റെയും വരുമാനത്തിന്റെയും ഒരംശം നിർദ്ധനർക്കുവേണ്ടി നീക്കിവയ്ക്കണമെന്നു നിർബ്ബന്ധിച്ചതോടൊപ്പം, തൊഴിലാളിക്കു വിയർപ്പ് ഉണങ്ങുന്നതിനുമുമ്പ് കൂലിനല്കണമെന്നും നബി പ്രഖ്യാപിച്ചു. വിഗ്രഹാരാധനയെ നിരോധിച്ചതോടൊപ്പംതന്നെ, മനുഷ്യരെല്ലാം സമന്മാരും സഹോദരന്മാരുമാണെന്ന് അദ്ദേഹം പ്രഖ്യാപിക്കുകയുണ്ടായി.

വ്യത്യസ്ത ജീവിതശൈലിയുടെ ഒരുമ

ഇന്ത്യയിൽ എത്തിയ ഇസ്ലാം ഭരണാധികാരികൾ ഉത്തരേന്ത്യയിൽ ആക്രമണം നടത്തി ആധിപത്യം സ്ഥാപിച്ചുവെങ്കിലും പൊതുവേ പറഞ്ഞാൽ, ഇന്ത്യയിൽ ജനജീവിതവുമായി ബന്ധപ്പെട്ടും സഹകരിച്ചും മുന്നോട്ടു പോകാനാണ് അവർ ശ്രമിച്ചത്. ഇന്ത്യയിൽ നിലവിലിരുന്ന സംസ്കാരത്തിന്റെ നല്ല വശങ്ങളെ ഉൾക്കൊള്ളുവാൻ അവർ തയ്യാറായതുപോലെതന്നെ ഇസ്ലാമിക് സംസ്കാരത്തിന്റെ നല്ലവശങ്ങൾ ഉൾക്കൊ

ള്ളുവാൻ ഇന്ത്യൻ ജനതയും തയ്യാറായി.

ലോകത്തെമ്പാടുമെന്നപോലെ ഇന്ത്യയുടെ മണ്ണിലും ഇസ്ലാമിന്റെ സ്വാധീനം പ്രകടമായി നമുക്ക് കാണാൻ കഴിയുന്നു. സാഹിത്യത്തിൽ, നൃത്ത – സംഗീതാദികലകളിൽ, വാസ്തുവിദ്യയിൽ, ചിത്രകലകളിൽ, ഭാഷകളിൽ, വസ്ത്രധാരണത്തിൽ, ആഹാരരീതിയിൽ എന്നിങ്ങനെ ഇന്ത്യൻ സംസ്കാരത്തിന്റെയും ജനജീവിതത്തിന്റെയും നാനാതുറകളിൽ ഇസ്ലാം അതിന്റേതായ സ്വധീനം ചെലുത്തിയിട്ടുണ്ടെന്ന് നമുക്ക് കാണാൻ കഴിയും.

എന്നാൽ, ഇസ്ലാമിക സംസ്കാരത്തിന്റെ ആദ്യദശയിലുണ്ടായിരുന്ന പല മൂല്യങ്ങളും, പില്ക്കാലത്ത് എത്രകണ്ടു പ്രയോഗത്തിൽ കൊണ്ടുവരാൻ കഴിഞ്ഞു എന്നത് പരിശോധിക്കേണ്ട ഒരു വിഷയമാണ്. ഉദാഹരണത്തിന്, സക്കാത്തിന്റെയും പലിശയുടെയും മറ്റും കാര്യം തന്നെ എടുക്കുക. ഈ തത്ത്വങ്ങൾ ഇന്ന് ഇസ്ലാം മതവിശ്വാസികൾ, വ്യക്തികൾ എന്ന നിലയ്ക്കോ ഇസ്ലാം രാഷ്ട്രങ്ങൾ രാഷ്ട്രങ്ങളെന്ന നിലയിലോ പൂർണ്ണമായും നടപ്പിലാക്കുന്നുണ്ടെന്നു തോന്നുന്നില്ല. വ്യക്തികളെന്ന നിലയിൽ ധർമ്മിഷ്ഠന്മാർ ഉണ്ടായിരിക്കാം. പക്ഷേ, ഒരു സാമൂഹ്യനിയമമെന്ന നിലയിലും സാമ്പത്തിക നിയമമെന്ന നിലയിലും അവ പ്രായേണ അപ്രത്യക്ഷമായിരിക്കുന്നു.

തൊഴിലാളി – മുതലാളി ബന്ധം

വാസ്തവം പറഞ്ഞാൽ, സ്വത്തിന്റെ കാര്യത്തിൽ പുതിയ ബന്ധങ്ങൾ ഇന്ന് ആവിർഭവിച്ചു കഴിഞ്ഞിരിക്കുന്നു. ഭൂമിയുടെ പാട്ടവ്യവസ്ഥ അവസാനിപ്പിക്കുകയും പാട്ടക്കാരൻ ഭൂവുടമയായി മാറുകയും ചെയ്യുന്നതോടുകൂടി പുതിയ സാമ്പത്തികബന്ധങ്ങളും സാമൂഹ്യബന്ധങ്ങളും ഉണ്ടാവുന്നു. അതനുസരിച്ച് സാംസ്കാരികമൂല്യങ്ങളിലും മാറ്റം സംഭവിക്കുന്നു.

ഒരു തൊഴിൽശാലയുടെ ഉടമയും അതിലെ തൊഴിലാളികളും തമ്മിലുള്ള ബന്ധം ജാതിയുടെയോ മതത്തിന്റെയോ അടിസ്ഥാനത്തിലല്ല. മറിച്ച്, തൊഴിലാളി – മുതലാളി ബന്ധത്തിന്റെയും തൊഴിൽ വ്യവസ്ഥകളുടെയും അടിസ്ഥാനത്തിലാണ്. ഇതിന്റെ അടിസ്ഥാനത്തിലുള്ള സാമൂഹ്യബന്ധവും സംസ്കാരവും ഉയർന്നുവരിക സ്വാഭാവികം മാത്രമാണ്.

മതത്തിന്റെ സ്വാധീനം

മനുഷ്യന്റെ ആദികാലം മുതൽ വിവിധ മതങ്ങൾ ആവിർഭവിക്കുകയും അവയുടെ തത്ത്വസംഹിതകളും സിദ്ധാന്തങ്ങളും മനുഷ്യചിന്തയെയും ജീവിതത്തെയും സ്വാധീനിക്കുകയും ചെയ്തുപോന്നു. ഇവയെല്ലാംതന്നെ മനുഷ്യസംസ്കാരത്തിന് ചൈതന്യം പകരുകയും ചെയ്തിട്ടുണ്ട്. അതോടൊപ്പം, സാമ്പത്തിക ബന്ധങ്ങളിലുണ്ടാകുന്ന മാറ്റം അവന്റെ സംസ്കാരാദിവീക്ഷണങ്ങളിലും മാറ്റമുണ്ടാക്കുന്നതായി നമുക്കനുഭവപ്പെട്ടു. ഉദാഹരണത്തിന്, സോഷ്യലിസ്റ്റു വ്യവസ്ഥിതി നിലവിലിരിക്കുന്ന

ഒരു സമൂഹത്തിന്റെ സംസ്കാരമായിരിക്കുകയില്ല മുതലാളിത്ത വ്യവസ്ഥിതിയിലെ സംസ്കാരം. ഇവ രണ്ടിൽനിന്നും ഭിന്നമായിരിക്കും നാടുവാഴിത്തവും ഫ്യൂഡലിസവും സ്ഥിതിചെയ്യുന്ന സമൂഹത്തിന്റെ സംസ്കാരം.

സ്വത്തുടമസ്ഥത ഇല്ലാതിരുന്ന പ്രാചീന സമുദായങ്ങളുടെയും ഗോത്രങ്ങളുടെയും ജീവിതരീതിയും വീക്ഷണവും സംസ്കാരവും ഇവയിൽ നിന്നെല്ലാം ഭിന്നമായിരുന്നു. അപ്പോൾ, ഇതിൽനിന്നെല്ലാം സംസ്കാരം എന്നത് മാറ്റമില്ലാത്ത ഒന്നാണെന്ന് കരുതുക ശരിയായിരിക്കുകയില്ല. ഇസ്ലാമിക തത്ത്വങ്ങളിൽ അടിയുറച്ചു വിശ്വസിക്കുന്ന ഇറാനും ഇറാഖും തമ്മിൽ യുദ്ധത്തിലേർപ്പെട്ടിരിക്കുന്ന ഒരു സ്ഥിതിവിശേഷത്തിന് നാമിന്ന് ദൃക്സാക്ഷികളാണ്.

അനാചാരങ്ങളുടെ തിരസ്കരണം

മതവിശ്വാസത്തിന്റെ പോരായ്മയല്ല ഇതിൽ അന്തർല്ലീനമായിരിക്കുന്നതെന്ന് നമുക്കേവർക്കും അറിയാം. ഇറാനിലെ ഷായുടെ രാജവാഴ്ചയ്ക്കെതിരെ പൊരുതി അധികാരത്തിൽ വന്ന ഖൊമേനിയുടെ ഭരണം അവിടത്തെ സ്ത്രീകൾ ഇസ്ലാം ആചാരങ്ങളനുസരിച്ച് പർദ്ദ ധരിക്കണമെന്നുള്ള വ്യവസ്ഥ നിർബ്ബന്ധമാക്കാൻ ശ്രമിച്ചുവെങ്കിലും സ്ത്രീകളുടെ പ്രക്ഷോഭത്തെ തുടർന്ന് ആ നടപടിയിൽനിന്ന് പിൻവാങ്ങാൻ നിർബ്ബന്ധിതമായി. പർദ്ദ വ്യവസ്ഥ ഇന്ത്യൻ മുസ്ലീങ്ങളിൽ ബഹുഭൂരിപക്ഷവും ഇന്നുപേക്ഷിച്ചു കഴിഞ്ഞിരിക്കുകയാണ് എന്നു നമുക്കറിവുള്ള കാര്യമാണ്.

ഇതു ഞാൻ പറയുന്നത് സാമൂഹ്യ - സാംസ്കാരിക മേഖലകളിൽ ഒരുകാലത്തു നിലവിലിരിക്കുന്ന ആചാരങ്ങളും അനുഷ്ഠാനങ്ങളും സാമൂഹ്യ - സാമ്പത്തിക പരിതഃസ്ഥിതികൾ മാറുന്നതനുസരിച്ച് പരിവർത്തനത്തിന് വിധേയമാകുന്നു എന്നു ചൂണ്ടിക്കാണിക്കാനാണ്. അതേയവസരത്തിൽ, മുഹമ്മദ് നബിയും അതുപോലെയുള്ള ഉൽകൃഷ്ടരായ പ്രവാചകരും മാനുഷിക മൂല്യങ്ങളെയും മനുഷ്യന്റെ സമത്വത്തെയും സാഹോദര്യത്തെയും ഉയർത്തിപ്പിടിക്കുകയും മനുഷ്യൻ മനുഷ്യനെ ചൂഷണംചെയ്യുന്ന വ്യവസ്ഥ അവസാനിപ്പിക്കുകയും ചെയ്യണമെന്ന് ഉൽഘോഷിക്കുന്ന തത്ത്വങ്ങൾ മനുഷ്യജീവിതത്തിൽ എന്നും വാടാത്ത സിദ്ധാന്തങ്ങളായി ഉയർന്നു നില്ക്കുകതന്നെ ചെയ്യുന്നു.

നബിയുടെ വിദ്യാഭ്യാസ സിദ്ധാന്തം

അതുപോലെതന്നെ, ഈ പ്രകൃതത്തിൽ, മുഹമ്മദ് നബി നല്കിയ മറ്റൊരു ഉപദേശം കൂടി ചൂണ്ടിക്കാണിക്കാൻ ഞാനാഗ്രഹിക്കുന്നു: "ചൈനയിൽ പോയിട്ടെങ്കിലും വിദ്യ അഭ്യസിക്കണം" എന്ന് അദ്ദേഹം തന്റെ അനുയായികളെ ഉപദേശിക്കുകയുണ്ടായി. എത്ര ക്ലേശിച്ചും മനുഷ്യൻ വിദ്യ അഭ്യസിക്കുകയും അറിവ് സമ്പാദിക്കുകയും ചെയ്യണമെന്ന് ഉൽകൃഷ്ടനായ അദ്ദേഹം ചൂണ്ടിക്കാണിക്കുകയുണ്ടായി. ചൈന പോലെ വിദൂരമായ ദേശത്തുപോലും പോയി വിദ്യ അഭ്യസിക്കണം എന്ന് അദ്ദേഹം

ചുണ്ടിക്കാണിച്ചപ്പോൾ അതിന്റെ പ്രാധാന്യം എത്രയെന്ന് പ്രത്യേകം എടുത്തു പറയേണ്ടതില്ലല്ലോ.

സ്ത്രീപുരുഷഭേദമെന്യേ മുഴുവൻ ആളുകൾക്കും വിദ്യാഭ്യാസം നല്കുന്നതിന് നമ്മുടെ രാജ്യത്തിന് ഇന്നും കഴിഞ്ഞിട്ടില്ല. പ്രവാചകനായ നബിയുടെ സിദ്ധാന്തമനുസരിച്ച് നീതിയുടെ അടിസ്ഥാനത്തിൽ ഒരു സാമൂഹിക വ്യവസ്ഥിതി പടുത്തുയർത്തുവാനും നമുക്കു കഴിഞ്ഞിട്ടില്ല. അങ്ങനെ നോക്കുമ്പോൾ, മുഹമ്മദ് നബിയുടെ ഉപദേശം ജാതിമതഭേദമെന്യേ എല്ലാ ജനവിഭാഗങ്ങൾക്കും സ്വീകാര്യമായ ഒന്നാണെന്ന് ഞാൻ പറയും.

സാമൂഹികനീതിയുടെ ലക്ഷ്യപ്രാപ്തി

ആയിരത്തി നാന്നൂറു കൊല്ലം മുമ്പ് പ്രഖ്യാപിച്ചിട്ടുള്ള ഈ സാമൂഹികനീതിയുടെ ലക്ഷ്യങ്ങൾ ഇരുപതാം നൂറ്റാണ്ടിന്റെ ഇന്നത്തെ പശ്ചാത്തലത്തിൽ നേടിയെടുക്കുവാൻ വേണ്ടി പ്രയത്നിക്കുക എന്നതാണ് ഇസ്ലാമിന്റെ ഇന്നത്തെ കടമ. ആ പുതിയ സാമൂഹികനീതിക്കുവേണ്ടിയും അതിനനുസരിച്ചുള്ള സംസ്കാരത്തിനുവേണ്ടിയും ഒത്തൊരുമിച്ച് പ്രവർത്തിക്കുവാൻ എല്ലാ വിഭാഗങ്ങളും തയ്യാറാകണമെന്ന് ഉറച്ച അഭിപ്രായമാണ് എനിക്കുള്ളത്.

ഇന്ത്യയിലെ വിവിധ സമുദായങ്ങൾ തമ്മിൽ മൈത്രിയുടെയും സഹകരണത്തിന്റെയും അടിസ്ഥാനത്തിൽ, പുതിയ വിശ്വാസവും സംസ്കാരവും പടുത്തുയർത്താൻ ശ്രമിച്ച മഹാനായ അക്ബറുടെ സദ്പാരമ്പര്യം നമ്മുടെ രാജ്യത്തെ സാമൂഹിക – രാഷ്ട്രീയ ബന്ധങ്ങൾക്കും വിവിധ ജാതി മതങ്ങൾ തമ്മിലുള്ള ബന്ധങ്ങൾക്കും എന്നും മാതൃകയായിരിക്കട്ടെ എന്നു ഞാനാഗ്രഹിക്കുന്നു.

ഇസ്ലാം പോലെയുള്ള മതന്യൂനപക്ഷങ്ങളുടെ താല്പര്യങ്ങൾ സംരക്ഷിക്കുവാനും ഉയർത്തിപ്പിടിക്കുവാനും നാമെല്ലാം പ്രതിജ്ഞാബദ്ധരാണ്. അതേയവസരത്തിൽ, പരിവർത്തനത്തിന്റെ പുതിയ ആശയങ്ങൾ ഉൾക്കൊണ്ടുകൊണ്ട്, എല്ലാ ദിശയിൽനിന്നുമുള്ള നന്മകളെ ഉൾക്കൊണ്ടുകൊണ്ട്, മുന്നോട്ടു പോകുവാൻ ഹിജ്റയുടെ 15–ാം നൂറ്റാണ്ടിന്റെ ആവിർഭാവം കുറിക്കുന്ന ഈ സന്ദർഭത്തിൽ നമുക്കെല്ലാം പ്രതിജ്ഞയെടുക്കാം.

ഹിജ്റാ ദിനാഘോഷത്തോടനുബന്ധിച്ചുള്ള സാംസ്കാരിക സമ്മേളനം ഉദ്ഘാടനം ചെയ്തുകൊണ്ടുള്ള പ്രസംഗം – ഒക്ടോബർ 1, 1980.

ശ്രീനാരായണഗുരുവും നവോത്ഥാനഘട്ടവും

ശിവഗിരി തീർത്ഥാടനം എല്ലാ വർഷവും നടക്കുന്ന ഒരു ചടങ്ങാണ്. ഈ ചടങ്ങുമായി ബന്ധപ്പെട്ട സമ്മേളനങ്ങളിൽ നമ്മുടെ രാജ്യത്തെ പ്രഗത്ഭമതികളായ വ്യക്തികളും ഭരണസാരഥ്യം വഹിക്കുന്ന നേതാക്കളും പ്രസംഗിക്കുക പതിവാണ്. അങ്ങനെ കഴിഞ്ഞ ദശാബ്ദങ്ങളിലൂടെ ഈ ശിവഗിരി കേട്ടിട്ടുള്ള പ്രഭാഷണങ്ങൾ എണ്ണമറ്റവയാണ്.

മനുഷ്യ പുരോഗതിയെപ്പറ്റിയുള്ള വിവിധ വീക്ഷണഗതികളും വിവാദങ്ങളും ശിവഗിരിയിലെ മണ്ണിന് പുത്തരിയല്ല. ഇവയുടെയെല്ലാം ഫലമായി തത്ത്വചിന്തയിലും സാമൂഹ്യ പുനരുദ്ധാരണം സംബന്ധിച്ച ചിന്തയിലും സമ്പന്നവും ശ്രേഷ്ഠവുമായ ഒരന്തരീക്ഷം ഇവിടെ നിലനില്ക്കുന്നുണ്ട്.

ശ്രീനാരായണഗുരുവിന്റെ പഠനങ്ങളെയും സിദ്ധാന്തങ്ങളെയും സംബന്ധിച്ച് അവയുടെ ആരംഭകാലം തൊട്ട് കേരളത്തിലും കേരളത്തിനു വെളിയിലുമുള്ള ചിന്തകരും പണ്ഡിതരും തത്ത്വജ്ഞാനികളും ചർച്ച ചെയ്തുവരികയാണ്. അവയെ സംബന്ധിച്ച അവസാനമായ ഒരു വിശകലനമോ വിലയിരുത്തലോ ഇനിയും ഉണ്ടായിട്ടില്ല. ഇന്നോ, നാളെയോ അവയെപ്പറ്റിയുള്ള പൂർണ്ണമായ ഒരു വിലയിരുത്തൽ നടക്കുമെന്ന് കരുതുന്നത് ശരിയായിരിക്കുമെന്ന് തോന്നുന്നില്ല.

കാരണം ഈ സിദ്ധാന്തങ്ങളുടെ ആവിർഭാവകാലത്തെയും തുടർന്നിങ്ങോട്ടുള്ള കാലഘട്ടത്തെ സംബന്ധിച്ചും ഈ സിദ്ധാന്തം ജനജീവിതത്തിൽ ചെലുത്തിയിട്ടുള്ള സാദ്ധ്യതയെ സംബന്ധിച്ചും, ആഴ്ന്നിറങ്ങിയ ഒരു പഠനം ആദ്യമായി ഉണ്ടാകണം. അതിന്റെ അടിസ്ഥാനത്തിൽ ഇന്നത്തെ ജനജീവിതത്തിൽ ഈ സിദ്ധാന്തത്തിനുള്ള പ്രസക്തിയെയും ഭാവിസമൂഹത്തിൽ ഈ സിദ്ധാന്തത്തിനുണ്ടാകാവുന്ന സ്ഥാനത്തെയും

സംബന്ധിച്ച പഠനങ്ങൾ നടക്കേണ്ടിയിരിക്കുന്നു. ഇത് ചരിത്രപ്രക്രിയയ്ക്കും ചരിത്ര പണ്ഡിതന്മാരുടെ പഠനത്തിനും വിട്ടുകൊടുക്കാനേ നമുക്ക് കഴിയുകയുള്ളൂ.

ദേശീയതലത്തിലെ പ്രസ്ഥാനങ്ങൾ

ഇന്നത്തെ സ്ഥിതിയിൽ ശ്രീനാരായണ ഗുരുവിന്റെ സിദ്ധാന്തങ്ങളെ സംബന്ധിച്ച് പ്രസക്തമെന്ന് തോന്നുന്ന ചില കാര്യങ്ങൾ ഇവിടെ സൂചിപ്പിക്കുവാൻ ഞാൻ ആഗ്രഹിക്കുന്നു. നമ്മുടെ സ്വാതന്ത്ര്യ പ്രസ്ഥാനത്തോടൊപ്പം 19–ാം ശതകത്തിന്റെ അവസാനത്തിലും 20–ാം ശതകത്തിന്റെ ആദ്യദശകങ്ങളിലുമായി ജാത്യാചാര പരിഷ്കാരങ്ങളെ മുൻനിർത്തി പല സംഘടനകളും രൂപംകൊള്ളുകയുണ്ടായി.

ഇന്ത്യയിലുണ്ടായ മുതലാളിത്തപരമായ വളർച്ച, പാശ്ചാത്യലോകത്ത് മുതലാളിത്തപരമായ പരിവർത്തനത്തിന്റെ ഭാഗമായി ഉയർന്നുവന്ന സമത്വം, സാഹോദര്യം, സ്വാതന്ത്ര്യം എന്നീ മുദ്രാവാക്യങ്ങളുടെ അടിസ്ഥാനത്തിലുള്ള ഒരു ലോകവീക്ഷണം, പാർലമെന്ററി ഭരണസമ്പ്രദായം തുടങ്ങിയവയെല്ലാം നമ്മുടെ രാജ്യത്തെ ചിന്തകന്മാരെയും സാമൂഹ്യ പരിഷ്കർത്താക്കളെയും രാഷ്ട്രീയ നേതാക്കളെയും സ്വാധീനിക്കുകയുണ്ടായി. ഈ കാലഘട്ടത്തിൽ, ജോൺ സ്റ്റുവർട്ട്മില്ലും ആഡം സ്മിത്തും മുതൽ കാൾ മാർക്സ് വരെയുള്ളവരുടെ ചിന്താഗതികൾ ഇന്ത്യയിലെ വിവിധ പ്രസ്ഥാനങ്ങളെ സ്വാധീനിച്ചതായി നമുക്ക് കാണാം.

രാജാറാം മോഹൻറായിയുടെ 'ബ്രഹ്മസമാജവും' മഹാരാഷ്ട്രയിലെ ജ്യോതി ബാഫുലേയുടെ 'സത്യശോധക് സമാജ'വും പുതിയ ചിന്താഗതിയുടെ രണ്ട് രൂപങ്ങളായിരുന്നു. ഹൈന്ദവ സംസ്കാരത്തിന്റെ പരിധിക്കുള്ളിൽ നിന്നുകൊണ്ട് പുതിയ വീക്ഷണവും വ്യവസ്ഥിതിയും പടുത്തുയർത്താനുള്ള സംരംഭങ്ങളായിരുന്നു ഇവ രണ്ടും. ഇവയിൽ ബ്രഹ്മസമാജം മുഖ്യമായും സവർണ്ണ വിഭാഗങ്ങളുടേതായിരുന്നു എന്നു പറയാം; രണ്ടാമത്തേത് അവർണ്ണരുടെയും.

ഇതേ കാലഘട്ടത്തിൽ ശ്രീരാമകൃഷ്ണപരമഹംസൻ, സ്വാമി വിവേകാനന്ദൻ, ദയാനന്ദസരസ്വതി തുടങ്ങിയവർ ഹൈന്ദവ സംസ്കാരത്തിന്റെ സമ്പന്നതയുടെയും പഴമയുടെയും പാരമ്പര്യങ്ങളുടെയും പതാക ഉയർത്തിക്കെട്ടിക്കൊണ്ട്, പാശ്ചാത്യ സംസ്കാരത്തെ വെല്ലുവിളിക്കുന്ന പ്രസ്ഥാനങ്ങൾക്ക് നേതൃത്വം നല്കുകയുണ്ടായി. ആകെക്കൂടി നോക്കിയാൽ, പൊതുവെ ഒരു ഹൈന്ദവ നവോത്ഥാനത്തിന്റെ വിവിധ സരണികളെ പ്രതിഫലിപ്പിക്കുന്ന പ്രസ്ഥാനങ്ങളായിരുന്നു ഇവ എന്നു സാമാന്യമായി പറയാം.

നവോത്ഥാന പ്രസ്ഥാനം

ഈ കാലയളവിൽ നമ്മുടെ സ്വാതന്ത്ര്യ പ്രസ്ഥാനം ലാലാ ലജ്പത് റായ്, ബാലഗംഗാധര തിലകൻ, വിപിൻ ചന്ദ്രപാൽ എന്നിവരുടെ നേതൃത്വത്തിൽ കൂടുതൽ വിശാലമായ ജനകീയാടിസ്ഥാനം നേടുകയുണ്ടായി. സ്വാതന്ത്ര്യ പ്രസ്ഥാനത്തിന്റെ ഈ വളർച്ചയും സ്വാതന്ത്ര്യത്തിനുവേണ്ടി പ്രകടമാക്കപ്പെട്ട അഭിവാഞ്ഛയും ഈ നവോത്ഥാന പ്രസ്ഥാന നേതാ

ക്കളുടെ ചിന്താഗതികളിലും പ്രകടമാകുകയുണ്ടായി. ഒരർത്ഥത്തിൽ പറഞ്ഞാൽ, ഈ നവോത്ഥാന പ്രസ്ഥാനങ്ങളും സ്വാതന്ത്ര്യ പ്രസ്ഥാനവും തമ്മിൽ കെട്ടുപിണഞ്ഞു മുന്നേറുകയാണുണ്ടായത്.

സ്വാതന്ത്ര്യപ്രസ്ഥാനത്തിൽ തിലകന്റെയും മറ്റും നേതൃത്വത്തിൽ ഉയർന്നുവന്ന തീവ്രവാദ പ്രസ്ഥാനം പോലെതന്നെ, ഹൈന്ദവ നവോത്ഥാന പ്രസ്ഥാനത്തിലും തീവ്രവാദപരമായ ചിന്താഗതി ഉയർന്നു വരുകയുണ്ടായി. ദയാനന്ദ സരസ്വതിയെപ്പോലുള്ളവർ പോലും, "മതപ്രസംഗം നടത്താനുള്ള സമയമല്ല ഇത്; രാജ്യത്ത് ദാരിദ്ര്യവും കഷ്ടപ്പാടും നടമാടുകയാണ്; ഇത് ഇല്ലാതായിക്കഴിഞ്ഞാൽ ഞാൻ മതപ്രസംഗം നടത്തും." എന്ന് പ്രഖ്യാപിക്കുകയുണ്ടായി.

ഹൈന്ദവ നവോത്ഥാനത്തിലെ യാഥാസ്ഥിതിക വിഭാഗങ്ങളിൽ ഇത്തരം പ്രതികരണമുണ്ടായപ്പോൾ, ജാതിവ്യവസ്ഥയിൽ അടിച്ചമർത്തപ്പെട്ടു കിടന്ന സമുദായങ്ങളുടെ ആചാര്യന്മാരുടെ ചിന്താഗതികൾ നമുക്ക് അനുമാനിക്കാവുന്നതേയുള്ളൂ. "മനുഷ്യരെ മര്യാദക്കാരായി നിർത്താനുള്ള ഏറ്റവും കൗശലമേറിയ പൊലീസ് - ഭരണവ്യവസ്ഥ - ആണ് മതം" എന്ന ജോൺ സ്റ്റുവർട്ട് മില്ലിന്റെ വാചകം ഉദ്ധരിച്ചുകൊണ്ട് "ഈ മഹാകൗശലം ഹിന്ദുവിന്റെ കൈയിൽ കിട്ടിയപ്പോൾ അവർ അതിൽ എന്തെല്ലാം കുണ്ടാമണ്ടികളാണ് ഉണ്ടാക്കിത്തീർത്തത്" എന്ന് സി വി കുഞ്ഞുരാമനെപ്പോലെയുള്ള ഉല്പതിഷ്ണുക്കൾ രോഷാകുലരായി പ്രസ്താവിക്കുകയുണ്ടായി.

പ്രക്ഷുബ്ധമായ ഈഴവ സമുദായം

ബ്രിട്ടീഷ് ഭരണം വേരുറയ്ക്കുന്നതിനു മുമ്പുതന്നെ തിരുവിതാംകൂറിൽ രാജാവും നാടുവാഴികളും തമ്മിലുള്ള സംഘട്ടനത്തിന്റെ ഫലമായി ഫ്യൂഡൽ ഭൂമി പണ്ടാരവകയായി മാറ്റപ്പെട്ടു കഴിഞ്ഞിരുന്നു. അതോടൊപ്പം ക്രിസ്ത്യൻ മതവിഭാഗങ്ങളുടെ സ്വാധീനം, ഇംഗ്ലീഷ് വിദ്യാഭ്യാസം, അച്ചുക്കൂടങ്ങൾ, പത്രങ്ങൾ എന്നിവയുടെ വളർച്ചയും ജാതിവ്യവസ്ഥയ്ക്കും ജാതിമേധാവിത്തത്തിനും ഇളക്കം തട്ടിച്ച സംഭവവികാസങ്ങളായിരുന്നു.

1903 ൽ ശ്രീനാരായണ ധർമ്മ പരിപാലനയോഗം സ്ഥാപിക്കപ്പെട്ടതോടെ കേരളത്തിലെ ഹിന്ദുക്കളിലെ പിന്നോക്ക വിഭാഗങ്ങൾക്ക് പുതിയ ഒരു ആശാകേന്ദ്രം ഉണ്ടായി. "കൃഷി, കച്ചവടം, കൈത്തൊഴിൽ മുതലായവയിൽ പരിശ്രമിച്ച് ഇതര ജാതിക്കാരേക്കാൾ സർക്കാരിന് അധികം മുതൽ കൂട്ടുന്നവരാണ് ഈഴവർ എന്നും "അഞ്ചുരൂപ ശമ്പളമുള്ള ഒരു ചെറിയ ജീവനത്തിൽപ്പോലും (ഈഴവർ) ഇരുന്നു കാണാത്തത് എന്തുകൊണ്ടാണെന്നറിവില്ല" എന്നും 1891 ലെ കാനേഷുമാരി അനുസരിച്ച് തിരുവിതാംകൂറിൽ 25,000 ഈഴവരെങ്കിലും വിദ്യാഭ്യാസമുള്ളവരായിട്ടുണ്ടായിരിക്കുമെന്നും മറ്റും ചൂണ്ടിക്കാണിച്ചുകൊണ്ട് ഈഴവ സമുദായം സാമൂഹ്യനീതിക്കുവേണ്ടി പ്രക്ഷോഭം കൂട്ടി.

കൊല്ലത്തുവച്ചു നടത്തപ്പെട്ട എസ് എൻ ഡി പിയുടെ മൂന്നാം വാർഷി

കത്തോടനുബന്ധിച്ച്, ഈഴവർ മാത്രം പങ്കെടുത്ത വ്യവസായ പ്രദർശനം ഈഴവ സമുദായത്തിൽ സംഭവിച്ച പരിവർത്തനത്തെ ചൂണ്ടിക്കാണിക്കുന്നതായിരുന്നു.

ഈ പശ്ചാത്തലത്തിലാണ് ശ്രീനാരായണഗുരു തന്റെ സിദ്ധാന്തങ്ങളുമായി മുന്നേറിയത്. ഏറ്റവും ലളിതമായ ഭാഷയിൽ, വിദ്യാഭ്യാസം പോലുമില്ലാത്ത സാധാരണക്കാരന് മനസ്സിലാകുന്ന രീതിയിൽ, അദ്ദേഹം തന്റെ തത്ത്വങ്ങൾ അവതരിപ്പിക്കുകയുണ്ടായി. വിവാഹവും മറ്റുമായി ബന്ധപ്പെട്ട് നടത്തുന്ന അടിയന്തിരങ്ങളും ആഘോഷങ്ങളും ചെലവ് കുടാത്തതായിരിക്കണമെന്നും, അടിയന്തിരങ്ങൾ അശാസ്ത്രീയവും അനാവശ്യവുമാണെന്നും വിവാഹവുമായി ബന്ധപ്പെട്ട താലികെട്ട് നിർത്തലാക്കണമെന്നും അദ്ദേഹം ഉൽബോധിപ്പിച്ചു.

പരിവർത്തനത്തിന്റെ കാലഘട്ടം

ഒന്നാം ലോകമഹായുദ്ധകാലത്തും അതിനുശേഷവും ഇന്ത്യയിൽ മുതലാളിത്തത്തിനുണ്ടായ വളർച്ച ഓരോ സമുദായത്തിലും പ്രതിഫലിക്കുകയുണ്ടായി. ഗാന്ധിജിയുടെയും നെഹ്റുവിന്റെയും നേതൃത്വത്തിൽ ദേശീയപ്രസ്ഥാനം മുന്നേറിയതോടൊപ്പം ഓരോ സമുദായവും അതിന്റേതായ ആവശ്യങ്ങൾ പ്രത്യേകം പ്രത്യേകമായി ഉന്നയിച്ചു തുടങ്ങി.

ഹിന്ദുക്കളിലെതന്നെ പിന്നോക്ക വിഭാഗങ്ങളും മുസ്ലീം, സിഖ് തുടങ്ങിയ മതന്യൂനപക്ഷങ്ങളും ഭരണത്തിലും ഉദ്യോഗത്തിലും രാഷ്ട്രീയത്തിലും ഓരോ വിഭാഗത്തിനും ഉണ്ടായിരിക്കേണ്ട പങ്കിനുവേണ്ടി കൂടുതൽ ശക്തിയായി വാദിച്ചു. വിവിധ ജാതിമതങ്ങളിൽനിന്നും ഉയർന്നുവന്ന മുതലാളിത്ത വിഭാഗങ്ങൾ അവരവരുടെ പ്രത്യേക താല്പര്യമനുസരിച്ച് സംരക്ഷണവും പ്രാതിനിദ്ധ്യവും പങ്കാളിത്തവും ആവശ്യപ്പെട്ടു.

ദേശീയ പ്രസ്ഥാനം കൂടുതൽ ശക്തിപ്പെടുകയും സ്വാതന്ത്ര്യം അകലെയല്ല എന്ന ബോധം ഉണ്ടാകുകയും ചെയ്തതോടെ തത്സംബന്ധമായ വാദഗതികൾ കൂടുതൽ ശക്തമായി.

ഈ കാലഘട്ടത്തിൽ, ഈഴവ സമുദായത്തിൽത്തന്നെ ആചാരാനുഷ്ഠാനങ്ങളുടെ കാര്യത്തിൽ വലിയ പരിവർത്തനങ്ങൾ ഉണ്ടായി. സാമുദായികമായ അവശതകൾ പരിഹരിച്ചു കിട്ടുന്നതിനുവേണ്ടിയുള്ള പ്രക്ഷോഭങ്ങളിലൂടെ എസ് എൻ ഡി പി കൂടുതൽ ശക്തിയാർജ്ജിച്ചു. അതേയവസരത്തിൽത്തന്നെ സങ്കുചിതമായ ജാതിചിന്തയ്ക്കെതിരായും ജാതി സമത്വത്തിനുവേണ്ടിയുമുള്ള തന്റെ സിദ്ധാന്തങ്ങളിലൂടെ ശ്രീനാരായണഗുരു ഒരു പുതിയ പാത വെട്ടിത്തുറക്കുകയായിരുന്നു. ശ്രീനാരായണഗുരു തന്റെ ചിന്താഗതി ഇപ്രകാരമാണ് പ്രകടിപ്പിച്ചത്.

“ഇനി ക്ഷേത്രനിർമ്മാണത്തെ പ്രോത്സാഹിപ്പിക്കരുത്... പ്രധാന ദേവാലയം വിദ്യാലയമായിരിക്കണം. പണം പിരിച്ച് പള്ളിക്കൂടങ്ങൾ കെട്ടുവാനാണ് ഉത്സാഹിക്കേണ്ടത്.”

പുരോഗതിക്ക് സംയുക്ത യത്നം

വിദ്യാഭ്യാസം കഴിഞ്ഞാൽ സാമുദായികവൃദ്ധിക്ക് അത്യാവശ്യമായിട്ടുള്ളത് വ്യവസായമാണെന്നും, വ്യവസായം കൊണ്ടല്ലാതെ ധനാഭിവൃദ്ധി ഉണ്ടാക്കാൻ സാധിക്കുന്നതല്ലെന്നും ശ്രീനാരായണഗുരു ഉൽബോധിപ്പിച്ചു. അങ്ങനെ സ്വന്തം സമുദായത്തിന്റെ പുരോഗതിക്കായി, സാമുദായികാചാരങ്ങൾ സംബന്ധിച്ച് പുതിയ തത്ത്വങ്ങൾ ആവിഷ്കരിച്ചതോടൊപ്പം അതിന്റെ സാമൂഹ്യവും സാമ്പത്തികവുമായ പുരോഗതിക്കുവേണ്ട പുതിയ കാഴ്ചപ്പാടുകൾകൂടി ശ്രീനാരായണഗുരു നിർദ്ദേശിക്കുകയുണ്ടായി. ഈ മുന്നേറ്റവുമായി ബന്ധപ്പെട്ട് ഡോ. പല്പു, മഹാകവി കുമാരനാശാൻ, സി വി കുഞ്ഞുരാമൻ, ടി കെ മാധവൻ, സി കൃഷ്ണൻ, കെ അയ്യപ്പൻ തുടങ്ങി നിരവധി പ്രതിഭാശാലികളുടെ പേരുകൾ നമ്മുടെ സ്മരണയിൽ ഉയർന്നുവരുന്നുണ്ട്.

അയിത്തോച്ചാടന പ്രസ്ഥാനത്തിൽ അയ്യങ്കാളിയെപ്പോലുള്ളവർ ഒരു ഭാഗത്തുനിന്നും പൊരുതിയപ്പോൾ, ജനസംഖ്യകൊണ്ടും സാമ്പത്തിക സ്വാധീനംകൊണ്ടും പ്രബലമായ ഈഴവ സമുദായത്തിന്റെ മുന്നേറ്റത്തെ അംഗീകരിക്കാൻ മേൽജാതി വിഭാഗങ്ങൾ നിർബ്ബന്ധിതരായിത്തീരുകയാണുണ്ടായത്. അയിത്തം അവസാനിപ്പിക്കണമെന്നുള്ള ആവശ്യത്തിന് ക്രിസ്ത്യാനികളും മറ്റു സമുദായങ്ങളും പിന്തുണ നല്കി. അങ്ങനെ എല്ലാ വിഭാഗങ്ങളുടെയും സഹകരണത്തോടുകൂടി മൗലികമായ ഒരു സാമൂഹ്യ പരിഷ്കാരം നേടിയെടുക്കാൻ കഴിഞ്ഞു.

അതേയവസരത്തിൽ, ജ്യോതി ബാഫുലേ, ഇ വി രാമസ്വാമി നായ്ക്കർ തുടങ്ങിയുള്ളവർ പടുത്തുയർത്തിയ പ്രസ്ഥാനങ്ങൾ മുഖ്യമായും ബ്രാഹ്മണ വിരുദ്ധ സമീപനത്തിൽ ഒതുങ്ങിപ്പോവുകയാണ് ചെയ്തത്. ശ്രീനാരായണ ഗുരുവാകട്ടെ, സ്വന്തം സമുദായത്തിന്റെ പരിഷ്കരണത്തിനെന്നപോലെ പുതിയൊരു മാനവവീക്ഷണം അവതരിപ്പിക്കുന്നതിനും ശ്രമിക്കുകയുണ്ടായി. തൽഫലമായി ആ ചിന്താഗതി മറ്റു സമുദായങ്ങളിലെ ഉല്പതിഷ്ണുക്കളെ സ്വാധീനിക്കുകയും, അങ്ങനെ ഈഴവ സമുദായത്തിന്റെ അവകാശവാദങ്ങൾ ശരിയാണെന്ന് അംഗീകരിക്കുവാൻ അവരെ പ്രേരിപ്പിക്കുകയും ചെയ്തു.

ഗുരുവിന്റെ തത്ത്വോപദേശങ്ങൾ

ശ്രീനാരായണഗുരു പ്രചരിപ്പിച്ച പുതിയ സാമൂഹ്യദർശനം കേരളത്തിന്റെ ചരിത്രത്തിൽ പുരോഗമന പ്രസ്ഥാനങ്ങൾക്ക് വളക്കൂറുള്ള മണ്ണ് സൃഷ്ടിക്കുകയുണ്ടായി. തൽഫലമായി, നെയ്ത്ത്, കയർ, കശുവണ്ടി, ചെത്ത് തുടങ്ങിയ വ്യവസായങ്ങളിലേർപ്പെട്ടിരുന്ന തൊഴിലാളി വിഭാഗങ്ങൾക്കെന്നപോലെ, കർഷകത്തൊഴിലാളികൾക്കും, മാർക്സിസ്റ്റ് വീക്ഷണം അംഗീകരിക്കുവാനും തൊഴിലാളിവർഗ്ഗ പ്രസ്ഥാനത്തിൽ അനായാസേന അണിനിരക്കുവാനും സഹായകരമായ സാഹചര്യം സൃഷ്ടിക്കുകയുണ്ടായി.

1922 – 24 കാലഘട്ടത്തിൽ ശ്രീനാരായണഗുരു ആവർത്തിച്ചുന്നയിച്ചിട്ടുള്ള "ഒരു ജാതി ഒരു മതം ഒരു ദൈവം മനുഷ്യന്" എന്ന സിദ്ധാന്തവും, "മതമേതായാലും മനുഷ്യൻ നന്നായാൽ മതി" എന്ന ഉപദേശവും സാധാരണ ജനങ്ങളെ പുരോഗമന ചിന്താഗതിയിലേക്കു കൊണ്ടുവരാൻ വളരെയേറെ സഹായിച്ചു. മറ്റു പ്രതിഷ്ഠകൾക്കു പകരം കണ്ണാടി പ്രതിഷ്ഠിച്ചുകൊണ്ട് "മനുഷ്യൻ സ്വയം കണ്ടെത്തുക." എന്ന ഉൽകൃഷ്ടമായ തത്ത്വോപദേശത്തിന് അദ്ദേഹം സാക്ഷാൽക്കാരം നല്കിയതോടുകൂടി, സ്വന്തം സിദ്ധാന്തങ്ങൾക്കുതന്നെ ശ്രീനാരായണഗുരു മകുടം ചാർത്തുകയാണ് ചെയ്തത്.

സത്യാന്വേഷിയായ മനുഷ്യൻ സ്വയം കണ്ടെത്തുന്നതുവഴി, തന്നോടും സമൂഹത്തോടുമുള്ള തന്റെ കടമകളെപ്പറ്റിയും ബോധവാനായിത്തീരുന്നു എന്ന മഹത്തായ സിദ്ധാന്തം അദ്ദേഹം അങ്ങനെ സാക്ഷാൽക്കരിച്ചു.

ഗുരുവിന്റെ സമത്വവീക്ഷണം

ജാതിവ്യവസ്ഥയ്ക്കെതിരായ സമരത്തിലൂടെ മനുഷ്യന്റെ സമത്വമാണ് ശ്രീനാരായണഗുരു ഉൽഘോഷിച്ചത്. ഇന്ത്യാക്കാരായ നമ്മെ സംബന്ധിച്ചിടത്തോളം സ്വാതന്ത്ര്യത്തിന്റെയും ജനാധിപത്യത്തിന്റെയും യുഗം ആവിർഭവിച്ചതോടുകൂടി, ശ്രീനാരായണഗുരു ഉയർത്തിപ്പിടിച്ച മനുഷ്യന്റെ സമത്വം എന്ന സിദ്ധാന്തം എങ്ങനെ പ്രാവർത്തികമാക്കണം എന്ന പ്രശ്നം ഇന്നും അവശേഷിക്കുകയാണ്. ഈ സമത്വം ജനജീവിതത്തിൽ പ്രായോഗികമാകാത്തിടത്തോളം കാലം അദ്ദേഹത്തിന്റെ സന്ദേശങ്ങൾ സമത്വത്തിനുവേണ്ടി പൊരുതുന്ന ജനശക്തികൾക്ക് എന്നും പ്രചോദനം നല്കുന്നതാണ്.

നമ്മുടെ രാഷ്ട്രപതി ചെയ്ത പ്രസംഗത്തിൽ നമ്മുടെ രാജ്യത്ത് വർദ്ധിച്ചുവരുന്ന സാമ്പത്തികമായ അസമത്വങ്ങളിലേക്ക് വിരൽചൂണ്ടുകയുണ്ടായി. നമ്മുടെ സാമ്പത്തിക വിദഗ്ദ്ധന്മാരും രാഷ്ട്രീയ നേതാക്കളും ഇതേ അഭിപ്രായം തന്നെ ആവർത്തിച്ച് ഉന്നയിക്കുന്നുമുണ്ട്. സാമ്പത്തികരംഗത്തെ ഈ അസമത്വം ഉന്മൂലനം ചെയ്യാത്തിടത്തോളം കാലം, ജനാധിപത്യത്തെ സംബന്ധിച്ച നമ്മുടെ പ്രഖ്യാപനങ്ങൾക്ക് യാതൊരു ഉൾക്കരുത്തും ഉണ്ടായിരിക്കുന്നതല്ല.

ശ്രീനാരായണഗുരു ഉൽബോധിപ്പിച്ച മനുഷ്യരുടെ സമത്വം സാക്ഷാൽക്കരിക്കപ്പെടണമെങ്കിൽ, സാമ്പത്തികമായ സമത്വം ഇന്ത്യയിലെ ജനജീവിതത്തിൽ പ്രായോഗികമാകേണ്ടിയിരിക്കുന്നു.

സമത്വത്തിനു വേണ്ടിയുള്ള പോരാട്ടം

സമത്വത്തിനു വേണ്ടിയുള്ള മനുഷ്യന്റെ സമരം ഇന്ന് വിവിധ തുറകളിൽ മുന്നേറിക്കൊണ്ടിരിക്കുകയാണ്. കർഷകരും തൊഴിലാളികളും ബുദ്ധിജീവികളുമെല്ലാം ഈ സമരത്തിൽ ഒരു തരത്തിലല്ലെങ്കിൽ മറ്റൊരു

തരത്തിൽ ഇന്നു പങ്കാളികളായിക്കൊണ്ടിരിക്കുകയാണ്. അതിന്റെ പുതിയ മുന്നേറ്റം തന്നെ ജനജീവിതത്തിന്റെ എല്ലാ തുറകളിലും ദൃശ്യമാണ്.

ഇന്ത്യയിലെ പിന്നോക്ക വിഭാഗങ്ങൾക്കും മതന്യൂനപക്ഷങ്ങൾക്കും ഭരണമണ്ഡലത്തിൽ അർഹമായ പ്രാതിനിദ്ധ്യം സുരക്ഷിതമാകുന്നതോടുകൂടി ഈ സമത്വത്തിന്റെ ഒരംശം പൂർത്തീകരിക്കപ്പെടും. കേരളത്തെ സംബന്ധിച്ചിടത്തോളം അത് അനതിവിദൂര ഭാവിയിൽ സാക്ഷാൽക്കരിക്കാൻ കഴിയുമെന്നാണ് എന്റെ വിശ്വാസം.

പക്ഷേ, കേരളത്തിലായാലും ഇന്ത്യയിലായാലും ഭരണമണ്ഡലത്തിൽ ലഭിക്കുന്ന ഈ സമത്വത്തിന് വളരെ പരിമിതികളുണ്ട്. കാരണം ജനസംഖ്യയിൽ ബഹുഭൂരിപക്ഷവും മറ്റു തരത്തിൽ ജീവിതം നയിക്കുന്നവരാണ്. നമ്മുടെ സാമ്പത്തിക ജീവിതത്തിൽ ഉടനീളം യഥാർത്ഥമായ സമത്വം സ്ഥാപിച്ചു കഴിഞ്ഞെങ്കിൽ മാത്രമേ മനുഷ്യൻ, മനുഷ്യനെ മനുഷ്യനായി പരിഗണിക്കുന്ന സാമൂഹ്യ സ്ഥിതിവിശേഷം സംജാതമാകുകയുള്ളൂ. അപ്പോൾ മാത്രമേ, ശ്രീനാരായണഗുരു, യഥാർത്ഥത്തിൽ വിഭാവനം ചെയ്തതുപോലെ മനുഷ്യൻ സ്വയം കണ്ടെത്തുക എന്ന ഉൽകൃഷ്ടമായ ലക്ഷ്യം നിറവേറ്റുകയുള്ളൂ.

ഏതാനും ദശാബ്ദങ്ങൾക്കു മുമ്പ് ജാതിമേധാവിത്തത്തിന്റെ നീചവശങ്ങൾ അവസാനിപ്പിക്കുവാൻവേണ്ടി എല്ലാ വിഭാഗങ്ങളിലും എല്ലാ സമുദായങ്ങളിലുംപെട്ട ജനവിഭാഗങ്ങൾ ഒരുമിച്ച് മുന്നേറുകയും അവരുടെ ലക്ഷ്യം നേടിയെടുക്കുകയും ചെയ്യുകയുണ്ടായി. ഇന്ന് അതുപോലെതന്നെ വിപുലമായ ജനകീയ ഐക്യത്തിലൂടെയും ജനമുന്നേറ്റത്തിലൂടെയും സാമ്പത്തികരംഗത്തെ സ്ഥാപിത താല്പര്യങ്ങളെ നിഷ്കാസനം ചെയ്തുകൊണ്ട് ഇന്ത്യയിലെ ജനകോടികളുടെ സമത്വം നേടിയെടുക്കേണ്ടിയിരിക്കുന്നു.

ആ മഹാപ്രസ്ഥാനത്തിന് ശ്രീനാരായണഗുരുവിന്റെ സിദ്ധാന്തങ്ങളും പ്രേരകമായിത്തീരട്ടെ എന്നു ഞാൻ ആശംസിക്കുന്നു. ആ മഹാപ്രസ്ഥാനത്തിൽ ജാതിമതഭേദമെന്യേ പങ്കാളികളാകാൻ മുഴുവൻ ജനങ്ങളെയും ആഹ്വാനം ചെയ്യുന്നു.

II

അരുവിപ്പുറം ശിവരാത്രി മഹോത്സവത്തിന്റെ ഈ സമ്മേളനത്തിൽ പങ്കെടുക്കാൻ കഴിഞ്ഞതിൽ എനിക്ക് അതിയായ സന്തോഷമുണ്ട്.

തൊണ്ണൂറ്റിനാല് വർഷങ്ങൾക്കുമുമ്പ് ശ്രീനാരായണഗുരു ഇവിടെ നടത്തിയ ശിവപ്രതിഷ്ഠ, കേരളത്തിന്റെ സാമൂഹ്യജീവിതത്തെ സംബന്ധിച്ചിടത്തോളം വഴിത്തിരിവ് കുറിച്ച ഒരു സംഭവമാണ്. അന്നുവരെ നിലനിന്ന ആചാരവിശ്വാസങ്ങളനുസരിച്ച് ബ്രാഹ്മണർക്കുമാത്രം നിർവ്വഹിക്കാൻ അധികാരമുള്ള ഒരു കർമ്മമായിരുന്നു ക്ഷേത്രപ്രതിഷ്ഠ. ആ കർമ്മം നിർവ്വഹിക്കുകയും അങ്ങനെ ദൈവികജ്ഞാനം മാത്രമല്ല ബ്രഹ്മജ്ഞാനം

തന്നെയും ജാതിവ്യത്യാസമില്ലാതെ ഏതു മനുഷ്യനും സാധിക്കുന്നതാണെന്ന് കാണിക്കുകയും ചെയ്തുകൊണ്ട്, നൂറ്റാണ്ടുകളായി നിലനിന്നുപോന്ന ജാതി വ്യത്യാസമാകുന്ന അന്ധതയ്ക്കെതിരെ ശ്രീനാരായണഗുരു അന്നൊരു വെല്ലുവിളി നടത്തുകയായിരുന്നു.

ഒരു കാലത്ത്, ശരിയെന്നും ഉത്തമമെന്നുമുള്ള അടിസ്ഥാനത്തിൽ പ്രചാരത്തിൽ വന്ന ഒരു സാമൂഹ്യവ്യവസ്ഥ മനുഷ്യന്റെ പുരോഗതിക്ക് തടസ്സമായി. അത് അനാചാരവും അന്ധവിശ്വാസവുമാണെന്ന് അനുഭവം പഠിപ്പിച്ചു. ആ വ്യവസ്ഥ തുത്തെറിഞ്ഞ് ഒരു പുതിയ വ്യവസ്ഥ സ്ഥാപിച്ചെടുക്കുന്നതിനുവേണ്ടിയുള്ള സമരത്തിന്റെ ഒരു പ്രത്യേക കാലഘട്ടത്തെക്കുറിക്കുന്ന മഹാസംഭവമായിരുന്നു അത്. ഒരു പുതിയ തുടക്കം.

ഇതിന്റെ ഭാഗമായി ജാതിവഴക്കുകളും മത മത്സരങ്ങളും അവസാനിപ്പിക്കണമെന്ന് അദ്ദേഹം ആഹ്വാനംചെയ്തു. എല്ലാ മതങ്ങളുടെയും ഉദ്ദേശ്യം ഒന്നുതന്നെയാണെന്ന് പ്രഖ്യാപിച്ചുകൊണ്ട് മതനിരപേക്ഷത വളർത്തിയെടുക്കുക എന്ന ലക്ഷ്യത്തോടുകൂടി സർവ്വമതസമ്മേളനം നടത്തുവാൻ അദ്ദേഹം മുൻകൈ എടുക്കുകകൂടി ചെയ്തു.

ചില സവിശേഷതകൾ

ഇന്ത്യൻ തത്ത്വചിന്തയിലും സാമൂഹ്യവീക്ഷണത്തിലും വളർന്നുയർന്ന നവോത്ഥാന പ്രസ്ഥാനത്തിന്റെ ഭാഗമായി അന്നു കേരളത്തിൽ രൂപം പ്രാപിച്ച ഈ പ്രസ്ഥാനത്തിന് അതിന്റേതായ പല സവിശേഷതകളുമുണ്ടായിരുന്നു.

മറ്റു പലയിടങ്ങളിലേയുംപോലെ ഇത് ഒരു ബ്രാഹ്മണവിരുദ്ധ പ്രസ്ഥാനമോ സവർണ്ണവിരുദ്ധ പ്രസ്ഥാനമോ ആയിത്തീർന്നില്ല. ജനജീവിതത്തിലാകെ സംഭവിച്ചുകൊണ്ടിരുന്ന പരിവർത്തനങ്ങളുടെ അടിസ്ഥാനത്തിൽ പുതിയൊരു സാമൂഹ്യനീതിക്കുവേണ്ടിയുള്ള ഒരു പ്രസ്ഥാനമെന്ന നിലയിൽ മറ്റു മതസമുദായങ്ങളുടെയും സവർണ്ണ വിഭാഗങ്ങളുടെ തന്നെയും പിന്തുണയും സഹകരണവും അതിനു നേടിയെടുക്കാൻ കഴിഞ്ഞു. ഇത് കേരളത്തിന്റെ സാമൂഹ്യവീക്ഷണത്തിനാകെത്തന്നെ ഒരു പുതിയ വ്യാപ്തിയും ഉണർവ്വും നല്കി.

ഈ സവിശേഷത, പില്ക്കാലത്ത് പുരോഗമന – തൊഴിലാളിവർഗ്ഗ പ്രസ്ഥാനങ്ങൾക്ക് വിശാലമായ പാത ഒരുക്കുക കൂടി ചെയ്തു. ഇന്ത്യയിലെ മറ്റു പല ജനവിഭാഗങ്ങളെയും അപേക്ഷിച്ച് സാമ്പത്തിക – സാംസ്കാരികരംഗങ്ങളിൽ ലോകത്തുണ്ടായിക്കൊണ്ടിരുന്ന മാറ്റങ്ങളെയും നമ്മുടെ സ്വാതന്ത്ര്യപ്രസ്ഥാനത്തിന്റെ സത്പാരമ്പര്യങ്ങളേയും കൂടുതൽ സുഗമമായി ഉൾക്കൊള്ളുവാനും അങ്ങനെ പുരോഗതിയുടെയും ഉല്പതിഷ്ണത്വത്തിന്റെയും മാർഗ്ഗം സ്വീകരിക്കുവാനും കേരള ജനതയ്ക്ക് കഴിഞ്ഞു.

കേരളം അന്നും ഇന്നും

ഇത്തരമൊരു പരിവർത്തനത്തിന്റെ ഫലമായി ഇന്ത്യയിൽ മറ്റു പലേടത്തും ജാതിവഴക്കുകളും വർഗ്ഗീയ ലഹളകളും നടന്നപ്പോഴും കേരളം അതിൽനിന്നെല്ലാം വിമുക്തമായ ഒരു ചിത്രമാണ് നല്കിയത്. സ്വാതന്ത്ര്യത്തിന്റെ ആദ്യകാലങ്ങളിൽ, കേരളത്തിൽ ജാതിചിന്തയും മതഭ്രാന്തും ഒട്ടൊക്കെ നിഷ്പ്രഭമായിത്തീർന്നു എന്നു വിശ്വസിക്കാവുന്ന ഒരു സ്ഥിതി വിശേഷമാണുണ്ടായിരുന്നത്.

എന്നാൽ ഈ അടുത്തകാലത്ത് ഈ രണ്ടു ദുഷ്പ്രവണതകളും വളർന്നു വരുന്നതായിട്ടാണ് നാം കാണുന്നത്.

സ്വാതന്ത്ര്യ സമരകാലത്ത് ജാതിവഴക്കുകൾക്കും മതകലാപങ്ങൾക്കും കാരണം ബ്രിട്ടീഷ് ഭരണവും രാജവാഴ്ചയുമാണെന്ന് നാം പറഞ്ഞിരുന്നു. ഇവ രണ്ടും അവസാനിപ്പിക്കുകയും റിപ്പബ്ലിക്കൻ ഭരണഘടന നിലവിൽ വരികയും ചെയ്ത്, മൂന്നു ദശാബ്ദങ്ങൾ കഴിഞ്ഞ് ഇന്ന്, ഈ ദുഷ്പ്രവണതകൾ അപകടകരമാംവിധം കരുത്താർജ്ജിച്ചിരിക്കുന്നു.

ശാസ്ത്രത്തിന്റെയും വിജ്ഞാനത്തിന്റെയും മണ്ഡലങ്ങളിൽ അത്ഭുതപൂർവ്വമായ വളർച്ച ഉണ്ടായിരിക്കുന്ന ഇന്നത്തെ സാഹചര്യത്തിൽ, ഇത്തരമൊരു പ്രതിഭാസത്തിനു കാരണമെന്തെന്ന് ശ്രീനാരായണഗുരുവിന്റെ ധർമ്മോപദേശങ്ങളെപ്പറ്റി ചിന്തിക്കുന്ന ഈ സന്ദർഭത്തിൽ നാം ആലോചിക്കുന്നത് ഉചിതമായിരിക്കുമെന്ന് ഞാൻ കരുതുന്നു.

ജാതി എന്ന ശാപം

നമ്മുടെ സ്വാതന്ത്ര്യപ്രസ്ഥാനത്തിന്റെ ചരിത്രമാകെ പരിശോധിച്ചാൽ ഒരു പ്രത്യേകത നമുക്കു കാണാൻ കഴിയും. നമ്മുടെ ദേശീയപ്രസ്ഥാനം കൂടുതൽ കൂടുതൽ ഐക്യവും ശക്തിയും ആർജ്ജിച്ചുകൊണ്ട് പുതിയ പുതിയ ഘട്ടങ്ങളിലേക്ക് പ്രവേശിച്ചപ്പോഴൊക്കെ ഇന്ത്യയിൽ വർഗ്ഗീയലഹളകളും ജാതിവഴക്കുകളും ഉണ്ടായിട്ടുണ്ട്. ഇത്തരം വഴക്കുകളും ലഹളകളും പലപ്പോഴും ഉണ്ടായിട്ടുള്ളത് കേവല കിംവദന്തികളുടെ അടിസ്ഥാനത്തിലായിരുന്നുവെന്നും നിസ്സാരപ്രശ്നങ്ങൾ ഊതിക്കത്തിച്ച് അഗ്നി പടലങ്ങളാക്കുകയായിരുന്നുവെന്നും, ചരിത്രകാരന്മാർ രേഖപ്പെടുത്തിയിട്ടുണ്ട്.

ഇത് ഇന്ത്യയിൽ മാത്രമല്ല, ലോകത്ത് എല്ലാ രാജ്യങ്ങളിലും നടന്നിട്ടുണ്ട്. പുരോഗതിക്കെതിരെ പുരോഗമനശക്തികൾക്കെതിരെ പിന്തിരിപ്പൻ ശക്തികൾ എന്നുമെന്നും ജാതിമത വികാരങ്ങളെ ചൂഷണം ചെയ്തുകൊണ്ട് തങ്ങളുടെ സ്വാർത്ഥ താല്പര്യങ്ങൾ സംരക്ഷിച്ചുപോന്നിട്ടുണ്ട്.

ഇന്ത്യയുടെ സാമ്പത്തിക മണ്ഡലത്തിൽ ആധിപത്യം വഹിക്കുന്ന വൻകിടക്കാർക്കും കുത്തകകൾക്കും ഉദ്യോഗസ്ഥ മേധാവിത്തത്തിനും, തങ്ങളുടെ കൈകളിൽ രാജ്യഭരണം ഒതുക്കി നിർത്തണമെങ്കിൽ ജനങ്ങളെ ജാതിതിരിച്ച്, മതം തിരിച്ച്, തമ്മിലടിപ്പിച്ചെങ്കിലേ സാദ്ധ്യമാവുകയുള്ളു.

ജനങ്ങളുടെ മുന്നേറ്റത്തിന്റെ ഫലമായി നമ്മുടെ ഭരണഘടനയിൽ സോഷ്യലിസം ഒരു ലക്ഷ്യമായി ഉൾക്കൊള്ളിക്കാൻ കഴിഞ്ഞിട്ടുണ്ട്.

പക്ഷേ, യഥാർത്ഥ സോഷ്യലിസം പ്രയോഗത്തിൽ വരണമെങ്കിൽ സാമ്പത്തിക - ഭരണ - സാമൂഹ്യമണ്ഡലങ്ങളിൽ മൗലികമായ പരിവർത്തനം നടക്കണം. അത്തരമൊരു പരിവർത്തനം ഉണ്ടാകണമെങ്കിൽ, ജാതിമത പരിഗണനകൾക്കെല്ലാം അതീതമായ സാധാരണക്കാരായ ജനങ്ങൾ ഒറ്റക്കെട്ടായി മുന്നേറണം.

പുരോഗമനശക്തികളുടെ പ്രസക്തി

കേരളത്തിൽത്തന്നെ സംഭവിച്ചിട്ടുള്ള നിർഭാഗ്യകരമായ ജാതിമതവഴക്കുകളുടെ കുന്തമുന ആത്യന്തികമായി ഇവിടത്തെ ജനാധിപത്യ പുരോഗമനശക്തികൾക്കെതിരെ തിരിച്ചുവിടുന്നതായി നമുക്ക് കാണാൻ കഴിയും. മറ്റു സംസ്ഥാനങ്ങളിലെ സ്ഥിതിയും അതുതന്നെ.

തൊഴിലില്ലായ്മയും സാമ്പത്തിക പ്രതിസന്ധിയും മുതലെടുത്തുകൊണ്ട് വർഗ്ഗീയശക്തികൾ ഒരു പുതിയ മുന്നേറ്റം നടത്താൻ ശ്രമിക്കുകയാണ്. കേരളത്തിലെ സർക്കാർ സർവ്വീസിൽ പ്രതിവർഷം ഏതാണ്ട് പതിനായിരം പേർക്കാണ് ജോലി നല്കാൻ കഴിയുന്നത്. അതേസമയം ഓരോ വർഷവും ലക്ഷക്കണക്കിനു അഭ്യസ്തവിദ്യർ നമ്മുടെ കലാലയങ്ങളിൽനിന്നും പുറത്തുവരുന്നുണ്ട്. അപ്പോൾ, തൊഴിലില്ലായ്മയ്ക്കു പരിഹാരം കാണത്തക്കതരത്തിൽ, സാമ്പത്തികരംഗത്താകെ ഒരഴിച്ചുപണി ഉണ്ടാകണം. ഈ വഴിക്കു ചിന്തിക്കുവാൻ നമ്മുടെ യുവാക്കളെ പ്രേരിപ്പിക്കുന്നതിനു പകരം, അവരെ ജാതിചിന്തയിലേക്കും മതവഴക്കുകളിലേക്കും തിരിച്ചുവിടാനാണ് ശ്രമം.

അതേയവസരത്തിൽ ശ്രീനാരായണ യൂത്ത് മൂവ്മെന്റ് ശ്രീനാരായണ ഗുരുവിന്റെ ധർമ്മോപദേശങ്ങൾ പിന്തുടരാൻ ശ്രമിക്കുന്നുണ്ടെന്നാണ് എനിക്ക് മനസ്സിലാക്കാൻ കഴിഞ്ഞത്. “ജാതിയും മതവും ചേർന്ന് ഒരുക്കുന്ന ദുഷിതവലയത്തിൽ പത്രങ്ങളും സാഹിത്യകാരന്മാരും യുവാക്കളും കുടുങ്ങിപ്പോകരുതെന്ന്” അവർ ഇവിടെച്ചേർന്ന സമ്മേളനത്തിൽ മുന്നറിയിപ്പ് നല്കിയതായി എനിക്ക് മനസ്സിലാക്കാൻ കഴിഞ്ഞിട്ടുണ്ട്.

ഈ അരുവിപ്പുറത്തെ പ്രതിഷ്ഠ നടത്തിക്കൊണ്ട്:

“ജാതിഭേദം മതദ്വേഷം
ഏതുമില്ലാതെ സർവ്വരും
സോദരത്വേന വാഴുന്ന
മാതൃകാസ്ഥാനമാണിത്”

എന്നു ശ്രീനാരായണഗുരു പ്രഖ്യാപിച്ചത് ഇന്നുമെന്നും സ്മരണീയമാണ്.

എല്ലാ മതങ്ങളിലെയും സത്യവും നന്മയും അംഗീകരിച്ചുകൊണ്ട്, പരസ്പരം സഹകരിക്കണമെന്ന് റോമൻ കത്തോലിക്കസഭയുടെ തലവനായ ജോൺ പോൾ മാർപ്പാപ്പ ലോകജനതയെ ആഹ്വാനം ചെയ്യുകയുണ്ടായി. ആകയാൽ, ജാതി - മതസൗഹാർദ്ദം നിലനിർത്തുകയും രാജ്യത്തെ പുരോഗതിയിലേക്ക് നയിക്കുകയും ചെയ്യുന്ന കാര്യത്തിൽ

ശ്രീനാരായണഗുരുവിന്റെ ധർമ്മോപദേശങ്ങൾ പണ്ടെന്നത്തേക്കാളും ഇന്നു പ്രസക്തമാണ്.

കേരളത്തിന്റെ സത്പാരമ്പര്യങ്ങളിൽനിന്നും ആവേശം ഉൾക്കൊണ്ടു കൊണ്ട് മതത്തിന്റെയും ജാതിയുടെയും പേരിൽ അട്ടഹസിക്കുന്ന ദുഷ്ട ശക്തികളെയും അവയുടെ പിന്നിൽ പ്രവർത്തിക്കുന്ന സ്ഥാപിത താല്പ ര്യങ്ങളെയും പരാജയപ്പെടുത്താനും രാജ്യത്തെ യഥാർത്ഥ ജനാധിപത്യ ത്തിന്റെയും സോഷ്യലിസത്തിന്റെയും പാതയിലൂടെ നയിക്കാനും നമ്മുടെ യുവജന സംഘടനകളും തൊഴിലാളി പുരോഗമനപ്രസ്ഥാനങ്ങളും ഏകോപിച്ച് മുന്നേറണമെന്ന് ഞാൻ അഭ്യർത്ഥിക്കുന്നു.

എങ്കിൽ മാത്രമേ, ശ്രീനാരായണഗുരുവിന്റെ ധർമ്മോപദേശങ്ങളോട് നമുക്ക് നീതി ചെയ്യാനാവൂ.

I. ശിവഗിരി തീർത്ഥാടന സമ്മേളനത്തിൽ ചെയ്ത പ്രസംഗം – ഡിസംബർ 30, 1980.

II. ശ്രീനാരായണധർമ്മ പ്രചാരണ സമ്മേളനം ഉദ്ഘാടനം ചെയ്തുകൊണ്ടുള്ള പ്രസംഗം.

മഹാനായ അംബേദ്കർ

ഡോക്ടർ ബാബാ സാഹേബ് ഭീംറാവു അംബേദ്കറുടെ ജന്മശതാബ്ദി ആഘോഷങ്ങൾക്ക് നാം ആരംഭം കുറിക്കുകയാണ്. ഇന്ത്യൻ ഭരണഘടനയുടെ ശില്പി എന്നറിയപ്പെടുന്ന അംബേദ്കർ സമുന്നതനായ സ്വാതന്ത്ര്യസമര സേനാനി, രാഷ്ട്രതന്ത്രജ്ഞൻ, കേന്ദ്രത്തിലെ ആദ്യത്തെ നിയമമന്ത്രി, അവശ ജനവിഭാഗങ്ങളുടെ കിടയറ്റ നേതാവ് എന്നിങ്ങനെ ഒട്ടേറെ നിലകളിൽ രാജ്യത്തെയും ജനങ്ങളെയും സ്നേഹിച്ച മഹദ്വ്യക്തിയായിരുന്നു.

മഹാനായ അംബേദ്കർ ജനിച്ചത് 'മഹർ' എന്ന അയിത്തജാതിയിലായിരുന്നു; 1891 ഏപ്രിൽ 14 ന്. ബാല്യം മുതൽ ജാതിസ്പർദ്ധയുടെയും അയിത്തത്തിന്റെയും ക്രൂരത സഹിച്ചാണ് അദ്ദേഹം വളർന്നത്.

അംബേദ്കറുടെ ജീവചരിത്രകാരനായ ധനഞ്ജയ കീർ എഴുതുന്നു:

> During his school days, Bhimrao and his brother were made to squat in a corner on a piece of gunny cloth which they themselves carried to school. The teachers would not touch their note-books, nor they would be asked to recite poems or even asked questions to answer so that they may not pollute the air with their breath.

പേരിനു പിന്നിലെ പൊരുൾ

അംബേദ്കറുടെ ആദ്യകാലത്തെ പേര് അംബവാഡേ എന്ന സ്വന്തം ഗ്രാമത്തിന്റെ പേരുമായി ബന്ധപ്പെടുത്തി അംബവാഡേക്കർ എന്നായിരുന്നു.

"സ്ഫുടതാരകൾ കൂരിരുട്ടിലു-
ണ്ടിടയിൽ ദ്വീപുകളുണ്ട് സിന്ധുവിൽ"

എന്ന് കുമാരനാശാൻ പാടിയതുപോലെ, അയിത്തത്തിന്റെയും ജാതി സ്പർദ്ധയുടെയും നടുവിൽ കഴിയുമ്പോൾത്തന്നെ, അംബേദ്കറുടെ ഹൈസ്കൂൾ വിദ്യാഭ്യാസകാലത്ത് അദ്ദേഹത്തെ സ്നേഹിക്കാൻ ബ്രാഹ്മണനായ ഒരദ്ധ്യാപകനുണ്ടായിരുന്നു. അംബേദ്കർ എന്നായിരുന്നു അദ്ദേഹത്തിന്റെ പേര്. തനിക്ക് പ്രിയങ്കരനായ വിദ്യാർത്ഥിക്ക് തന്റെ പേര് തന്നെ

ആ അദ്ധ്യാപകൻ സ്കൂൾ രേഖകളിൽ നല്കി. അങ്ങനെയാണ് അംബവാഡേക്കർ അംബേദ്കർ ആയത്.

ഇന്ത്യയിലും വിദേശത്തും പ്രശസ്തമായ നിലയിൽ വിദ്യാഭ്യാസം പൂർത്തിയാക്കിയ അംബേദ്കർ പൊതുരംഗത്തേക്ക് കൊടുങ്കാറ്റുപോലെ കടന്നുവരികയും ജീവിതാന്ത്യംവരെ നാടിന്റെയും ജനങ്ങളുടെയും ഭാഗധേയം നിർണ്ണയിക്കുന്നതിൽ ഗണ്യമായ പങ്കുവഹിക്കുകയും ചെയ്തു.

അധഃസ്ഥിതരുടെ മോചകൻ

ഇന്ത്യയിലെ അധഃസ്ഥിതരുടെ മോചനത്തിന്, അവരുടെ അവകാശങ്ങളുടെ സംരക്ഷണത്തിന്, വീറോടെ പോരാടിയ അംബേദ്കർ ആ അവകാശ സംരക്ഷണത്തിന് ഭരണഘടനാപരമായ സാധുത നല്കാൻ മുൻകൈയെടുക്കുകയും ചെയ്തു. ഭരണഘടന എത്ര നന്നായാലും അത് നടപ്പിലാക്കുന്നവർ മോശമായാൽ ഭരണഘടന മോശമായിത്തീരുമെന്ന് ഭരണഘടനാ നിർമ്മാണവേളയിൽത്തന്നെ അദ്ദേഹം പറഞ്ഞിട്ടുണ്ട്.

"However good a Constitution might be, it was sure to turn out bad if those who were called to work it happened to be a bad lot and vice versa."

ഈ വാക്കുകൾ എത്രത്തോളം ശരിയായിയെന്ന് കഴിഞ്ഞ 40 വർഷത്തെ അനുഭവം തെളിയിക്കുന്നുമുണ്ടല്ലോ.

കേരളത്തിന്റെ പാഠം

ഡോ. അംബേദ്കർ എന്തിനു വേണ്ടിയെല്ലാം നിലകൊണ്ടുവോ അതിനെല്ലാം വിരുദ്ധമായി പല സംസ്ഥാനങ്ങളിലും പലതും ഇന്നും നടക്കുന്നില്ലേ? രാജസ്ഥാനിൽ അയിത്ത ജാതിക്കാരന് അമ്പലത്തിൽ കയറാൻ രാഷ്ട്രപതിക്ക് അകമ്പടി സേവിക്കേണ്ടി വന്നത് രണ്ടുവർഷം മുമ്പാണ്. ബിഹാറിലും മറ്റും ഹരിജനങ്ങൾ കൂലിക്കൂടുതൽ ചോദിച്ചതിന് കൂട്ടക്കൊല ചെയ്യപ്പെട്ട സംഭവങ്ങൾ ഉണ്ടായിട്ടുണ്ട്. ഇതിനെതിരായ സമീപനം പണ്ടേ ശക്തമായത് കേരളത്തിലാണ്.

ശ്രീനാരായണഗുരുവിനെപ്പോലുള്ള സാമൂഹ്യ പരിഷ്കർത്താക്കളുടെയും ദേശീയ പ്രസ്ഥാനത്തിന്റെയും സോഷ്യലിസത്തിന്റെയും സന്ദേശങ്ങൾ ചെലുത്തിയ സ്വാധീനമാണ് കേരളത്തിൽ അയിത്തത്തിനും ജാതീയതയ്ക്കും എതിരായ കരുത്താർന്ന പ്രവർത്തനങ്ങൾക്കും അവയുടെ ഫലങ്ങൾക്കും പ്രേരണയേകിയത്; അവശവിഭാഗങ്ങളുടെ ഉൽകർഷണത്തിന് ഇടവരുത്തിയത്.

ഡോക്ടർ അംബേദ്കർ ആധുനിക ഇന്ത്യയുടെ സ്രഷ്ടാക്കളിൽ ഒരാളായി എക്കാലവും സ്മരിക്കപ്പെടും. അദ്ദേഹത്തിന്റെ ജന്മശതവർഷാഘോഷങ്ങൾക്ക് എല്ലാ വിജയങ്ങളും ഞാൻ ആശംസിച്ചുകൊള്ളട്ടെ.

ഡോക്ടർ അംബേദ്കർ ജന്മശതാബ്ദി ചടങ്ങിലെ പ്രഭാഷണം - ഏപ്രിൽ 14, 1990.

അയ്യങ്കാളി എന്ന സാമൂഹികവിപ്ലവകാരി

കേരളീയരായ നമ്മെ സംബന്ധിച്ചിടത്തോളം അയ്യങ്കാളി നമ്മുടെ ജനകീയ പ്രസ്ഥാനത്തിന്റെ ആദ്യഘട്ടത്തിലെ അതികായനായ ഒരു വിപ്ലവകാരിയായിരുന്നു. അദ്ദേഹത്തെ ഒരു ഹരിജനനേതാവായി ചിത്രീകരിക്കുന്നുണ്ട്. അതിനോട് എനിക്ക് യോജിപ്പില്ല. അദ്ധ്വാനിക്കുന്ന ജനതയുടെ അടിപതറാത്ത പടനായകനാണദ്ദേഹം.

അയ്യങ്കാളിയും ശ്രീനാരായണഗുരുവും ജാതിമേധാവിത്തത്തിനെതിരായി നടത്തിയ പോരാട്ടം കേരളത്തെ പുരോഗമനചിന്തയുടെ മുമ്പന്തിയിലേക്കെത്തിച്ച മുഖ്യഘടകങ്ങളിലൊന്നാണ്. പാവപ്പെട്ടവരെ കൂട്ടത്തോടെ കൊന്നൊടുക്കുകയും അവരുടെ ഗ്രാമങ്ങൾ തീയിട്ടു നശിപ്പിക്കുകയും ചെയ്യുന്ന സംഭവങ്ങൾ ഇന്ത്യയിൽ മറ്റ് പലേടത്തുനിന്നും റിപ്പോർട്ടു ചെയ്യപ്പെടുന്നുണ്ട്. എന്നാൽ, കേരളം അതിൽനിന്നെല്ലാം വിമുക്തമാണ്. അതിനുകാരണം, നമ്മുടെ സാമൂഹ്യജീവിതത്തിൽ വരുത്തിത്തീർക്കാൻ കഴിഞ്ഞ വിപ്ലവകരമായ പരിവർത്തനമാണ്. അത്തരം സംഭവങ്ങൾ ഇപ്പോഴും നടക്കുന്നിടങ്ങളിൽ ആയിരമായിരം അയ്യങ്കാളിമാർ ഉടലെടുക്കട്ടെ എന്നു ഞാൻ ആശിക്കുകയാണ്.

അയ്യങ്കാളി ജീവിതമാരംഭിച്ച കാലത്ത് നമ്മുടെ ദേശീയതലത്തിൽ ഉയർന്നുവന്ന നേതാക്കൾ രാജാറാം മോഹൻ റായ്, ശ്രീരാമകൃഷ്ണപരമഹംസൻ, ദയാനന്ദസരസ്വതി, വിവേകാനന്ദൻ തുടങ്ങിയവരായിരുന്നു. ഈ നേതാക്കളെല്ലാം തന്നെ അഭ്യസ്തവിദ്യരും ഉയർന്ന ബന്ധങ്ങളുള്ളവരുമായിരുന്നു. അവരിൽ നിന്നെല്ലാം വ്യത്യസ്തനായ ഒരു മഹാനായിരുന്നു എഴുത്തും വായനയും അറിയാത്ത അയ്യങ്കാളി. ഒരുപക്ഷേ, ഈ കാലയളവിൽ ഉയർന്നുവന്ന നേതാക്കളിൽ ഏറ്റവും ഉല്പതിഷ്ണുവും കരുത്തുറ്റവനുമായ നേതാവ് അയ്യങ്കാളിയല്ലേ എന്നു നാം പരിശോധിക്കേണ്ടതാണ്.

ധീരമായ നേതൃത്വം

തിരുവിതാംകൂറിൽ അന്ന് മണ്ണിൽ പണിയെടുക്കുന്നവർ മാടമ്പിമാരുടെ അടിയാന്മാരായിരുന്നു. ജന്മിമാരുടെ ജംഗമസ്വത്തിന്റെ ഭാഗമായിരുന്നു അടിയാൻ. പത്തും പന്ത്രണ്ടും മണിക്കൂർ എല്ലു നുറുങ്ങെ പണിയെടുത്താൽ കൂലി ഒന്നോ രണ്ടോ 'കൂലിയാൻ' നെല്ലായിരിക്കും. അടിയാന് വഴിനടക്കാനോ ചെരിപ്പു ധരിക്കാനോ കുടപിടിക്കാനോ മാറുമറയ്ക്കാനോ അവകാശമില്ലായിരുന്നു.

ഈ അനീതികൾക്കെതിരായി, മനുഷ്യാവകാശത്തിനുവേണ്ടി, സ്വന്തം ജനതയെ സംഘടിപ്പിക്കുവാൻ ഈ മഹാപുരുഷൻ ആരംഭമിട്ടു. വഴി നടക്കുവാനുള്ള അവകാശത്തിനുവേണ്ടിയാണ് ആദ്യം സമരം ആരംഭിച്ചത്. കേവലം 22 വയസ്സ് പ്രായമുള്ളപ്പോൾ, 1895 ൽ, നല്ല കരുത്തന്മാരായ ഹരിജന യുവാക്കളെ സംഘടിപ്പിച്ചുകൊണ്ട് പൊതുവഴിയിലൂടെ നടന്നു.

അനവധി തവണ ഉയർന്ന ജാതിക്കാരുടെ ആക്രമണത്തിന് വിധേയനായി. പക്ഷേ, ചെറുത്തുനിന്നു തിരിച്ചടിച്ചു. സ്വന്തമായി സജ്ജീകരിച്ച വില്ലുവണ്ടിയിലേറി വെങ്ങാനൂരിലെ തെരുവിലൂടെ അയ്യങ്കാളി ഒറ്റയ്ക്കു നടത്തിയ സാഹസിക സഞ്ചാരം അധഃസ്ഥിതരുടെ വരുംകാല ജൈത്രയാത്രയുടെ തുടക്കം കുറിച്ചു.

അയ്യങ്കാളിയെ ശരിപ്പെടുത്തിക്കളയാൻ മേൽജാതിക്കാർ വട്ടംകൂട്ടി. തിരിച്ചടി മാരകമായിരിക്കുമെന്ന് അയ്യങ്കാളി വ്യക്തമാക്കിയപ്പോൾ മാടമ്പിമാർ പിൻവാങ്ങി.

1900 മാണ്ടിൽ ഹരിജനങ്ങൾക്ക് സഞ്ചാരസ്വാതന്ത്ര്യം അനുവദിച്ചുകൊണ്ട് പ്രഖ്യാപനം വന്നു. മാറുമറയ്ക്കരുതെന്നും അടിയായ്മയുടെ ചിഹ്നമായ കല്ലുമാല ധരിക്കണമെന്നുള്ള കീഴ്‌വഴക്കത്തിനെതിരായിട്ടായിരുന്നു അടുത്ത പോരാട്ടം; ഒപ്പം ഹരിജനങ്ങൾക്ക് സ്കൂളിൽ വിദ്യാഭ്യാസം ലഭിക്കുന്നതിനുവേണ്ടിയും.

സാമൂഹിക പരിവർത്തനം

1905 ൽ അദ്ദേഹം തന്റെ ജനതയുടെ മോചനത്തിന്റെ പാത തുറക്കാൻ വേണ്ടി സാധുജനപരിപാലന സംഘത്തിന് രൂപം നല്കി. ബോധപൂർവ്വം നയിക്കപ്പെടുന്ന സംഘടിത വർഗ്ഗശക്തികൊണ്ട് കൈവരിക്കാവുന്ന സാമൂഹ്യപരിവർത്തനത്തിന്റെ പരിണാമം ഈ സംഘടനയിലൂടെ കേരളജനതയ്ക്ക് അയ്യങ്കാളി കാണിച്ചു കൊടുത്തു.

1907 ൽ അയിത്തജാതികൾക്ക് സ്കൂൾ പ്രവേശനം അനുവദിച്ചുകൊണ്ട് ഉത്തരവു പുറപ്പെടുവിച്ചെങ്കിലും വകുപ്പധികാരികൾ അത് നടപ്പിലാക്കാൻ കൂട്ടാക്കിയില്ല. മണ്ണിൽ പണിയെടുക്കുന്നവന്റെ കുഞ്ഞുങ്ങളെ പാഠശാലയിൽ പ്രവേശിപ്പിച്ചില്ലെങ്കിൽ നാട്ടിലെ കൃഷിയിടങ്ങളിലെല്ലാം 'മുട്ടിപ്പുല്ല് കുരുപ്പിക്കും' എന്ന അയ്യങ്കാളി പ്രഖ്യാപിച്ചു. അത് മലയാളനാട്ടിൽ ആദ്യത്തെ തൊഴിലാളിസമരത്തിന്റെ പ്രഖ്യാപനമായിരുന്നു.

കുട്ടികളുടെ സ്കൂൾ പ്രവേശനം മാത്രമായിരുന്നില്ല സമരത്തിന് നിദാനം. അദ്ധ്വാനത്തിന് ന്യായമായ കൂലി, ആഴ്ചയിലൊരു ദിവസം വിശ്രമം എന്നിങ്ങനെ തൊഴിൽപരമായ വിവിധ ആവശ്യങ്ങൾകൂടി ഉന്ന യിക്കപ്പെട്ടിരുന്നു. ഒരു വർഷം നീറിപ്പടർന്ന ആ സമരം ഒടുവിൽ വിജയ ത്തിലെത്തി.

അങ്ങനെ തൊഴിലാളിസംഘടനകളെപ്പറ്റിയും വർഗ്ഗ സംഘടനയെ പ്പറ്റിയും സോഷ്യലിസത്തെപ്പറ്റിയും ഒന്നും കേട്ടിട്ടില്ലാത്ത ജനതയും

നേതാവും സ്വന്തമായ പാത വെട്ടിത്തുറന്നുകൊണ്ട് മനുഷ്യാവകാശങ്ങളും തൊഴിൽവ്യവസ്ഥകളും നേടിയെടുത്തു.

അയ്യങ്കാളിയുടെ സദ്പാരമ്പര്യങ്ങൾ ഉൾക്കൊണ്ടുകൊണ്ടാണ് കേരളത്തിലെ കർഷകത്തൊഴിലാളി പ്രസ്ഥാനം ഉയർന്നത്. 1957 ൽ ഇ എം എസ് നമ്പൂതിരിപ്പാടിന്റെ നേതൃത്വത്തിൽ കേരളത്തിൽ ഒരു ഗവൺമെന്റിനെ ഉയർത്തിക്കൊണ്ടുവന്ന മുഖ്യശക്തി ഈ പ്രസ്ഥാനമായിരുന്നു. അന്ന് കർഷകത്തൊഴിലാളിക്ക് കിടപ്പാടവും കുടിയാന് ഭൂമിയിൽ സ്ഥിരാവകാശവും ഉറപ്പിക്കപ്പെട്ടു.

ആ ഗവൺമെന്റ് പുറത്താക്കപ്പെട്ടിട്ടും, കർഷകത്തൊഴിലാളിയും കുടിയാനും അവന്റെ ഭൂമിയിൽത്തന്നെ ഉറച്ചുനിന്നു. അവനെ ഇറക്കിവിടാൻ ഒരു ശക്തിക്കും കഴിഞ്ഞില്ല. കാരണം അതിനുതക്ക കരുത്തുള്ള സംഘടന അവർക്കുണ്ടായിരുന്നു.

ഈ അനുഭവത്തിന്റെയെല്ലാം പാഠം ഉൾക്കൊണ്ടുകൊണ്ടാണ് കേരളത്തിലെ ഇടതുപക്ഷ ജനാധിപത്യമുന്നണി ഗവൺമെന്റ്, 60 വയസ്സായ കർഷകത്തൊഴിലാളികൾക്ക് പെൻഷൻ പ്രഖ്യാപിച്ചത്. അയ്യങ്കാളി ഇന്ന് ജീവിച്ചിരുന്നെങ്കിൽ; ഈ നടപടിയെ സഹർഷം സ്വാഗതം ചെയ്യുമെന്ന് എനിക്ക് വിശ്വാസമുണ്ട്.

II

ജാതീയമായ സാമൂഹിക വിവേചനത്തിനെതിരായി പൊരുതുകയും സാമുദായികമായി അധഃസ്ഥിതരായിരുന്ന ജനവിഭാഗങ്ങളെ മനുഷ്യരെന്ന് അംഗീകരിപ്പിക്കുകയും ചെയ്ത മഹത്തായ ഒരു പോരാട്ടത്തിന്റെ നായകനായിരുന്നു അയ്യങ്കാളി.

പത്തൊമ്പതാം നൂറ്റാണ്ടിന്റെ അവസാനവും ഇരുപതാം നൂറ്റാണ്ടിന്റെ ആരംഭവും തമ്മിലുള്ള പ്രധാന വ്യത്യാസം പിന്നോക്ക ജനവിഭാഗങ്ങൾക്ക് മറ്റാളുകളെപ്പോലെ പൊതുനിരത്തുകളിൽ സഞ്ചരിക്കാമെന്ന സ്ഥിതി സംജാതമായി എന്നതാണ്. അയ്യങ്കാളിയുടെയും മറ്റും നേതൃത്വത്തിൽ നടന്ന സഞ്ചാര സ്വാതന്ത്ര്യ പ്രക്ഷോഭത്തിന്റെ നേട്ടമാണ്, പത്തൊമ്പതാം നൂറ്റാണ്ടിന്റെ അവസാനത്തേതിൽ നിന്ന് ഇരുപതാം നൂറ്റാണ്ടിന്റെ തുടക്കം പുരോഗമനപരമായ ഉള്ളടക്കംകൊണ്ട് വ്യത്യസ്തമായി എന്നത്.

പഴയ തിരുവിതാംകൂർ സംസ്ഥാനത്തെ ഈ അധഃസ്ഥിത നേതാവ്, തിരുവനന്തപുരം ജില്ലയിലെ വെങ്ങാനൂർ പെരുങ്കാട്ടുവിള എന്ന പുലയ കുടുംബത്തിലാണ് ജനിച്ചത്.

സാമൂഹികമായ വിലക്കുകളും ചൂഷണങ്ങളും അനുഭവിച്ച് നൂറ്റാണ്ടുകളായി അടിമത്തത്തിൽ കഴിഞ്ഞിരുന്ന തന്റെ സമുദായത്തിന്റെ സ്ഥിതി അയ്യങ്കാളിയുടെ മനസ്സ് വേദനിപ്പിച്ചു. യുവത്വ ഘട്ടത്തിൽത്തന്നെ ഇവ അനീതിക്കെതിരെ അയ്യങ്കാളി വിട്ടുവീഴ്ചയില്ലാത്ത പോരാട്ടത്തിന്റെ രംഗത്തേക്കിറങ്ങി.

പല ഘട്ടങ്ങളിലായി പല അവകാശങ്ങൾ നേടിയെടുക്കാനുണ്ടായിരുന്നു എങ്കിലും സഞ്ചാര സ്വാതന്ത്ര്യത്തിനാണ് അന്ന് അയ്യങ്കാളിയും കൂട്ടുകാരും പ്രധാന്യം കല്പിച്ചത്. ഈ സ്വാതന്ത്ര്യം നേടിയെടുക്കാൻ പട്ടികജാതി യുവാക്കളുടെ സംഘം രൂപവല്കരിക്കുകയും ആ സംഘത്തെ നിരത്തുകളിലൂടെ അയ്യങ്കാളി നയിക്കുകയും ചെയ്തു.

യാഥാസ്ഥിതിക വിഭാഗങ്ങൾ ഇതിനെ എതിർത്തു. ചിലയിടങ്ങളിലത് സംഘട്ടനത്തിന് വഴിവച്ചു. ഏതായാലും 1900 ആയപ്പോഴേക്കും പൊതുനിരത്തുകളിൽ പട്ടികജാതിക്കാർക്കും നടക്കാമെന്ന സ്ഥിതിയായി.

ഈ ലക്ഷ്യം നേടിയതിന്റെ ആഹ്ലാദത്താൽ പ്രേരിതരായിട്ടു കൂടിയാവണം, 1905 ൽ സാധുജന പരിപാലന സംഘം എന്ന സംഘടന അയ്യങ്കാളി സ്ഥാപിച്ചു.

സാമൂഹിക പരിഷ്കർത്താവ്

അധഃസ്ഥിത ജനങ്ങളുടെ സാമൂഹികവും സാംസ്കാരികവുമായ ഉല്കർഷത്തിനുവേണ്ടി ഇത്തരമൊരു സംഘടന രൂപവല്ക്കരിക്കാൻ അയ്യങ്കാളിക്ക് പ്രചോദനമായത് മഹാത്മാഗാന്ധിയുടെ നേതൃത്വത്തിൽ ദേശീയതലത്തിൽ നടന്നിരുന്ന ഹരിജനോദ്ധാരണ പ്രവർത്തനങ്ങളാണ്. സംസ്ഥാനത്തിന്റെ പല ഭാഗങ്ങളിലും ഓടി നടന്ന് ഇതിന് ഘടകങ്ങളുണ്ടാക്കിയതിലൂടെ അയ്യങ്കാളി തന്റെ സംഘടനാശേഷി കൂടി പ്രകടമാക്കി.

വളരെ വേഗം തന്നെ ശ്രദ്ധേയനായ അധഃസ്ഥിത നേതാവ് എന്ന അവസ്ഥയിലേക്ക് അയ്യങ്കാളി ഉയർന്നു. പട്ടികജാതി ജനങ്ങൾ ധാരാളമായി അദ്ദേഹത്തിന്റെ അനുയായികളായി. ഈ ജനസ്വാധീനത്തിന്റെ പ്രതിഫലനമാണ് 1910 ൽ അയ്യങ്കാളി ശ്രീമൂലം പ്രജാസഭയിലേക്ക് നാമനിർദ്ദേശം ചെയ്യപ്പെട്ടതിൽ കാണുന്നത്.

പിന്നീട് 25 വർഷക്കാലം അദ്ദേഹം തുടർച്ചയായി സഭാംഗമായിരുന്നു. ആ നിയമസഭയിലും അയ്യങ്കാളി പട്ടികജാതി വിഭാഗങ്ങളുടെ അവകാശങ്ങൾക്കുവേണ്ടി പൊരുതിക്കൊണ്ടേയിരുന്നു. അവർക്ക് വിദ്യാഭ്യാസ സൗകര്യം നിഷേധിക്കപ്പെട്ടിരുന്ന ഘട്ടമായിരുന്നു അത്. അയ്യങ്കാളിക്കുപോലും വിദ്യാഭ്യാസ സൗകര്യം നിഷേധിക്കപ്പെട്ടിരുന്നു. ഇതിലുള്ള വേദനകൊണ്ടു കൂടിയാവാം സഞ്ചാര സ്വാതന്ത്ര്യത്തിനു വേണ്ടി നടത്തിയ പോരാട്ടത്തിന്റെയത്ര തീവ്രതയോടെയാണ് വിദ്യാഭ്യാസാവകാശത്തിനുവേണ്ടിയുള്ള പ്രക്ഷോഭണവും അയ്യങ്കാളി നയിച്ചത്. അയ്യങ്കാളിയെപ്പോലൊരാൾക്കുപോലും വിദ്യാഭ്യാസം നിഷേധിക്കുന്ന അവസ്ഥയ്ക്കെതിരായി വ്യാപകമായി അണികൾ ഉണർന്നു. ഇതിന്റെ വിജയമാണ് പട്ടികജാതി വിദ്യാർത്ഥികൾക്ക് വിദ്യാലയപ്രവേശനം അനുവദിച്ചുകൊണ്ടുള്ള 1914 ലെ ഗവൺമെന്റ് ഉത്തരവിൽ തെളിഞ്ഞുകണ്ടത്.

ആ കാലത്ത് പട്ടികജാതിയിൽപ്പെട്ട സ്ത്രീകൾക്ക് മാറ് മറയ്ക്കാനവകാശമില്ലായിരുന്നു. വസ്ത്രധാരണ സ്വാതന്ത്ര്യത്തിനുവേണ്ടിയുള്ള പ്രക്ഷോഭമായിരുന്നു അടുത്തത്. ജാതിയെ സൂചിപ്പിക്കുന്ന വിധത്തിലുള്ള

കല്ലുമാലകളിഞ്ഞേ ആ വിഭാഗത്തിൽപ്പെട്ട സ്ത്രീകൾ നടക്കാവൂ എന്ന അവസ്ഥയ്ക്കെതിരെയും ഇതേപോലെ അയ്യങ്കാളിയുടെ നേതൃത്വത്തിന്റെ പോരാട്ടം നടത്തി.

1936 ലെ ക്ഷേത്രപ്രവേശന വിളംബരത്തിലേക്ക് നയിച്ച സാമൂഹിക പ്രക്രിയയിൽ പോലും അയ്യങ്കാളിയുടെ സംഭാവനകൾ കാണാം.

1937 ൽ വെങ്ങാനൂരിൽ മഹാത്മാഗാന്ധി പ്രസംഗിക്കുകയുണ്ടായി. ആ പ്രസംഗത്തിൽ അയ്യങ്കാളിയുടെ അക്ഷീണപ്രയത്നങ്ങളെ മഹാത്മജി വാഴ്ത്തുകയുണ്ടായി.

I. *അയ്യങ്കാളി പ്രതിമ അനാച്ഛാദനം ചെയ്ത ചടങ്ങിൽ ചെയ്ത പ്രസംഗം - നവംബർ 10, 1980.*

II. *അയ്യങ്കാളി ജന്മദിനാഘോഷം ഉദ്ഘാടനം ചെയ്തുകൊണ്ടുള്ള പ്രസംഗം - ആഗസ്ത് 28, 1996.*

സർ സയ്യദ് അഹമ്മദ്ഖാൻ

നമ്മുടെ രാജ്യത്തെ വിദ്യാഭ്യാസം പുനഃസംഘടിപ്പിക്കണമെന്ന അഭിപ്രായഗതി ഇന്ന് പരക്കെ ഉയർന്നു വന്നിട്ടുണ്ട്. സ്വാതന്ത്ര്യപ്രസ്ഥാനത്തിന്റെ ഒരു പ്രത്യേകഘട്ടം മുതൽ ഈ വിഷയം നാം ചർച്ച ചെയ്തു വരികയാണ്.

ഇംഗ്ലീഷ് വിദ്യാഭ്യാസത്തിന്റെ പ്രചാരത്തോടുകൂടി ഇന്ത്യയിൽ പുതിയൊരു ബുദ്ധിജീവി വിഭാഗം ഉയർന്നുവന്നു. അതോടൊപ്പം ഇന്ത്യയിലെ വിവിധ സമുദായങ്ങളുടെ ഒരു നവോത്ഥാന പ്രസ്ഥാനവും വളർന്നുവരികയുണ്ടായി. രാജാറാം മോഹൻ റോയ് സ്ഥാപിച്ച ബ്രഹ്മസമാജം, രാമകൃഷ്ണപരമഹംസൻ, ദയാനന്ദസരസ്വതി, വിവേകാനന്ദൻ എന്നിവർ വളർത്തിക്കൊണ്ടുവന്ന പുനരുദ്ധാരണ പ്രസ്ഥാനങ്ങൾ, മഹാരാഷ്ട്രയിലെ പ്രാർത്ഥനാ സമാജം തുടങ്ങി പലതും ഇതിൽ ഉൾപ്പെടുന്നു.

ഇംഗ്ലീഷ് വിദ്യാഭ്യാസം വിദ്യാഭ്യാസം നേടുന്നവർക്ക് സർക്കാർ സർവ്വീസിൽ അർഹമായ ജോലി, ബ്രിട്ടീഷ് മാതൃകയിലുള്ള പാർലമെന്ററി ഭരണസമ്പ്രദായം എന്നിങ്ങനെയുള്ള മുദ്രാവാക്യങ്ങളാണ് സ്വാതന്ത്ര്യത്തിന്റെ ആദ്യകാലങ്ങളിൽ ഉയർത്തപ്പെട്ടത്.

ബ്രഹ്മസമാജവും മറ്റും ഹിന്ദുമതത്തിലെ ഉയർന്ന ജാതികൾക്ക് മുഖ്യസ്വാധീനമുള്ള പ്രസ്ഥാനങ്ങളായിരുന്നു. ഇതിന്റെ ഭാഗമായി മഹാരാഷ്ട്രയിലെ ജോതിബഫൂലയുടെ നേതൃത്വത്തിൽ പിന്നോക്ക സമുദായങ്ങളുടേതായ ഒരു നവോത്ഥാന പ്രസ്ഥാനവും ഉയർന്നുവന്നു. ഇതാകട്ടെ, ബ്രാഹ്മണമേധാവിത്തത്തിനെതിരായി ശബ്ദം ഉയർത്തുന്ന ഒന്നായിരുന്നു.

മുസ്ലീം സമുദായ പരിഷ്കരണം

ഇതേ കാലഘട്ടത്തിൽ, മുസ്ലീം സമുദായത്തിലും ഒരു നവോത്ഥാന

പ്രസ്ഥാനം ഉയർന്നു വരികയുണ്ടായി. മുസ്ലീം സമുദായ പരിഷ്കരണമായിരുന്നു ഇതിന്റെ ലക്ഷ്യം. ഇതിന്റെ നേതാവ് ഡോ. സയ്യദ് അഹമ്മദ് ഖാനായിരുന്നു. അലിഗഢിൽ സ്ഥാപിക്കപ്പെട്ട മുസ്ലീം വിദ്യാലയമായിരുന്നു ഇതിന്റെ കേന്ദ്രം. ഈ വിദ്യാലയത്തെ ചുറ്റിപറ്റി ഒരു 'അലിഗഢ് പ്രസ്ഥാനം' തന്നെ വളർന്നുവരുകയുണ്ടായി.

മുസ്ലീം സമുദായത്തിന്റെ ആധുനീകരണത്തിൽ അലിഗഢ് പ്രസ്ഥാനം സുപ്രധാനമായ പങ്കുവഹിക്കുകയുണ്ടായി. ഈ പ്രസ്ഥാനം കെട്ടിപ്പടുത്ത പ്രതിഭാശാലിയാണ് ഡോ. സയ്യദ് അഹമ്മദ് ഖാൻ. ഹിന്ദു പുനരുദ്ധാരണ പ്രസ്ഥാനത്തിന്റെ നേതാക്കളിൽ പലരിൽനിന്നും വിഭിന്ന മായ നിലപാടാണ് അദ്ദേഹം സ്വീകരിച്ചുപോന്നത്. സാമുദായിക ഐക്യ മെന്ന ആശയം അക്കാലത്തെ അദ്ദേഹത്തിന്റെ പ്രഭാഷണങ്ങളിലെയും കൃതികളിലെയും മുഖ്യവിഷയമായിരുന്നു. അദ്ദേഹം ഒരിക്കൽ ചെയ്ത പ്രസംഗത്തിൽ നിന്നുമുള്ള രണ്ടു വാചകങ്ങൾ ഇവിടെ ഉദ്ധരിക്കാൻ ഞാൻ ആഗ്രഹിക്കുന്നു:

"സത്യത്തിൽ ഹിന്ദുവായാലും മുസ്ലീമായാലും, ക്രിസ്ത്യാനിയാ യാലും, ഇന്ത്യയിൽ അധിവസിക്കുന്നവർ മുഴുവൻ ഒരൊറ്റ രാഷ്ട്രമാണ്.... ഒരു രാജ്യത്തിൽ നിവസിക്കുന്നവരെ, മതത്തെ മാത്രം അടിസ്ഥാനമാക്കി വിവിധ രാഷ്ട്രങ്ങളായി കണക്കാക്കിയിരുന്ന കാലം അസ്തമിച്ചിരി ക്കുന്നു."

പക്ഷേ, ഈ കാഴ്ചപ്പാട് ഇന്ത്യൻ സ്വാതന്ത്ര്യ പ്രസ്ഥാനത്തിലുടനീളം വച്ചുപുലർത്തിക്കൊണ്ട് പോകുവാൻ കഴിയാതെ വരികയാണുണ്ടായത്. അതിന്റെ കാരണങ്ങളിലേക്ക് ഇപ്പോൾ പോകുവാൻ ഞാൻ ഉദ്ദേശിക്കു ന്നില്ല.

ഇന്ത്യയെ മതങ്ങളുടെയും ജാതികളുടെയും നാട്ടുരാജ്യങ്ങളുടെയും അടിസ്ഥാനത്തിൽ ഭിന്നിപ്പിച്ച് ഭരിക്കുക എന്ന ഒരു നയം ബ്രിട്ടീഷുകാർ അതിവിദഗ്ദ്ധമായി നടപ്പിലാക്കുകയുണ്ടായി. പാർലമെന്ററി ജനാധിപത്യ സമ്പ്രദായം സ്ഥാപിക്കുന്നതോടുകൂടി, മുസ്ലീങ്ങൾപോലുള്ള മതന്യൂന പക്ഷങ്ങൾക്ക് പ്രത്യേക സംരക്ഷണവ്യവസ്ഥകൾ ഉണ്ടായിരിക്കണമെന്ന അഭിപ്രായം അവർക്കിടയിൽ ഉയർന്നുവന്നു. സർ സയ്യദ് അഹമ്മദ്ഖാനും മറ്റും ആ ഘട്ടത്തിൽ ഇതിന്റെ ഉറച്ച വക്താക്കളായിത്തീർന്നു.

അലിഗഢ് പ്രസ്ഥാനത്തിന്റെ പാരമ്പര്യം

അഹമ്മദ് ഖാന്റെ സ്മരണ നിലനിർത്തുന്ന നമ്മുടെ ഈ കോളേ ജിന്റെ വികസന പരിപാടികളിൽ പങ്കെടുക്കുന്ന ഈ സന്ദർഭത്തിൽ അദ്ദേ ഹത്തിന്റെ ആദ്യകാല വീക്ഷണമാണ് എന്നെ ഏറ്റവും ആകർഷിക്കുന്നത്.

മതനിരപേക്ഷതയും മതസൗഹാർദ്ദവും മതത്തിന് അതീതമായി രാഷ്ട്രത്തെ കാണുന്ന സമീപനവുമെല്ലാം ഇന്ത്യൻ സംസ്കാരത്തിന് അഹമ്മദ്ഖാൻ നല്കിയിട്ടുള്ള മഹത്തായ സംഭാവനയാണ്.

അലിഗഢ് പ്രസ്ഥാനത്തിന്റെ ഈ സദ്പാരമ്പര്യം തളിപ്പറമ്പിലെ നമ്മുടെ കോളേജ് വളർത്തിയെടുക്കുവാനും പുഷ്ടിപ്പെടുത്തുവാനും ശ്രമി ക്കണമെന്ന പക്ഷക്കാരാണ് ഞാൻ. കാരണം, അത്തരമൊരു ചിന്താഗ തിക്കു മാത്രമേ ഇന്ത്യയിൽ ജനാധിപത്യത്തെ കൂടുതൽ സമ്പുഷ്ടമാക്കു വാനും മതന്യൂനപക്ഷങ്ങളുടെ താല്പര്യങ്ങൾ യാതൊരു കോട്ടവും കൂടാതെ സംരക്ഷിക്കുവാനും സഹായകമാകുകയുള്ളൂ.

ന്യൂനപക്ഷത്തിന്റെ വിദ്യാഭ്യാസം

മുസ്ലീങ്ങൾ വിദ്യാഭ്യാസ കാര്യത്തിൽ വളരെയേറെ പിന്നോക്കം നില്ക്കുന്ന ഒരു ജനവിഭാഗമാണ്. അടുത്തകാലത്തായി ഇതിനൊരു ചെറിയ മാറ്റം സംഭവിച്ചിട്ടുണ്ട്. പക്ഷേ, ബഹുഭൂരിപക്ഷം കുട്ടികളും ഇന്നും വിദ്യാഭ്യാസം ലഭിക്കാത്തവരായി കഴിയുകയാണ്. ഒത്തൊരുമിച്ചു പ്രവർത്തിച്ച് ഇതിനൊരു പരിഹാരം ഉണ്ടാക്കേണ്ടിയിരിക്കുന്നു.

ഇതോടൊപ്പം വിദ്യാഭ്യാസരംഗത്തെ പരിവർത്തനങ്ങളെ സംബന്ധിച്ചും നാം ഗൗരവമായി ആലോചിക്കേണ്ടിയിരിക്കുന്നു. ഇന്നത്തെ വിദ്യാഭ്യാസ സമ്പ്രദായം കാലാനുസൃതമല്ലെന്നും അത് പരിഷ്കരിക്കണമെന്നുമുള്ള പൊതുവായ അഭിപ്രായം ഉയർന്നുവന്നിട്ടുണ്ട്.

നമ്മുടെ കൃഷിയും വ്യവസായവും വാണിജ്യവും നിർമ്മാണ പ്രവർത്തനങ്ങളും എല്ലാമായി ബന്ധപ്പെട്ട വിദ്യാഭ്യാസ സമ്പ്രദായം ആവിഷ്കരിച്ചെടുക്കേണ്ടിയിരിക്കുന്നു. ഈ പ്രവർത്തനങ്ങളെയെല്ലാം സഹായിക്കുകയും അവയെ മുന്നോട്ടു കൊണ്ടുപോകുകയും ചെയ്യാൻ സഹായകമായ രീതിയിൽ ആയിരിക്കണം ഈ പുനഃസംഘടന.

എങ്കിൽമാത്രമേ വിദ്യാഭ്യാസത്തെ തൊഴിലുമായി നമുക്ക് ബന്ധപ്പെടുത്താൻ കഴിയുകയുള്ളൂ. ഇതിന്റെ വിശദാംശങ്ങൾ വിദ്യാഭ്യാസ മണ്ഡലത്തിലെ വിദഗ്ദ്ധന്മാർ ആലോചിച്ച് തീരുമാനിക്കേണ്ടതാണ്. അതിന്റെ ഭാഗമായി വിദ്യാഭ്യാസരംഗത്ത് അധികാരവികേന്ദ്രീകരണത്തിന്റെ പ്രശ്നവുമുണ്ട്. ഈ വിഷയവും നമ്മുടെയെല്ലാം പരിഗണനയ്ക്കായി ഞാൻ സമർപ്പിക്കുകയാണ്.

തളിപ്പറമ്പ് സർ സയ്യദ് മുഹമ്മദ് ഖാൻ മെമ്മോറിയൽ കോളേജിന്റെ പുതിയ ബ്ലോക്ക് ഉദ്ഘാടനം ചെയ്തുകൊണ്ടുള്ള പ്രസംഗം – ഫെബ്രുവരി 10, 1981.

പി കൃഷ്ണപിള്ള
അനശ്വരനായ സഖാവ്

സഖാവ് എന്ന വിശിഷ്ട സംബോധനയിൽ ആദ്യം തെളിഞ്ഞു വരുന്ന മുഖം സ. പി കൃഷ്ണപിള്ളയുടേതാണ്. കമ്യൂണിസ്റ്റുകാർക്കു മുമ്പിൽ എക്കാലത്തേയും മാതൃകയായി നിലനില്ക്കുന്ന ധീരസഖാവാണ് പി കൃഷ്ണപിള്ള.

കേരളത്തിലെ കമ്യൂണിസ്റ്റ്പ്രസ്ഥാനത്തിന്റെ സ്ഥാപക നേതാക്കളെക്കുറിച്ചാലോചിക്കുമ്പോൾ ഒന്നാമതായി മനസ്സിൽ വരുന്നത് പി കൃഷ്ണപിള്ളയാണ്. സഖാവുമായുള്ള വൈയക്തിക ബന്ധങ്ങൾ സ്മരിക്കുക എന്റെ ലേഖനത്തിന്റെ ലക്ഷ്യമല്ല. സാമ്രാജ്യശക്തികളോടും തദ്ദേശീയമായ അനാചാര സംവിധാനങ്ങളോടും നിരന്തരമായി പടവെട്ടി കേരളത്തിൽ കമ്യൂണിസ്റ്റ് പ്രസ്ഥാനത്തിന്റെ ഒരിക്കലും ഇളകാത്ത അടിക്കല്ലുറപ്പിച്ച നേതാവ് എന്ന അർത്ഥത്തിൽ സഖാവ് പി കൃഷ്ണപിള്ള കാട്ടിയ മാതൃകകളുടെ ഉജ്ജ്വല സ്മരണകൾ പുതുക്കുക മാത്രമാണ് ഞാനിവിടെ ചെയ്യുന്നത്.

വിരുദ്ധ സാഹചര്യങ്ങളോട് പോരാടി ലക്ഷ്യസ്ഥാനത്തെത്തുക പ്രായേണ ദുഷ്കരമായ കാര്യമാണ്. വിശേഷിച്ചും തൊട്ടാൽ പൊള്ളുന്നതെന്ന് അകറ്റി നിർത്തപ്പെടുന്ന ആശയങ്ങൾക്ക് ജനമനസ്സിൽ വേര് പിടിപ്പിക്കാൻ ഇറങ്ങിത്തിരിക്കുന്ന ആർക്കും ഈ ദുഷ്കരതയെ നേരിടാതെ മുന്നോട്ടു പോകാനുമാവില്ല. ഇത്തരമൊരു സാഹചര്യത്തിന്റെ വെല്ലുവിളി ഏറ്റെടുത്തയാളാണ് പി കൃഷ്ണപിള്ള.

ദൃഢമായ ആശയബോധം

സഖാവ് പി കൃഷ്ണപിള്ള പ്രതികൂല സാഹചര്യങ്ങളെ സ്വതസിദ്ധമായ നയചാതുരിയും ദൃഢമായ കമ്യൂണിസ്റ്റ് ആശയബോധവും കൊണ്ട്

സമർത്ഥമായി മുറിച്ചുകടന്ന കമ്യൂണിസ്റ്റുകാരുടെ നല്ല മാതൃകയാണ്.

1930 നവംബറിൽ കോഴിക്കോട്ടെ ഖിലാഫത്ത് കടപ്പുറത്തുനിന്ന് ബ്രിട്ടീഷ് സാമ്രാജ്യത്വത്തിനെതിരെ കൊടുങ്കാറ്റ് സൃഷ്ടിച്ചതുമുതൽ 42-ാം വയസ്സിൽ അകാല ചരമമടയുന്നതുവരെയുള്ള 18 വർഷത്തെ ഹ്രസ്വമായ പൊതുജീവിതമാണ് സഖാവിനുണ്ടായിരുന്നത്. പക്ഷേ, ഈ ചുരുങ്ങിയ കാലയളവിൽ അദ്ദേഹം ജാജ്ജ്വല്യമാനമായ ഒരു കാലഘട്ടം തീർത്തു എന്നു പറയുന്നതാവും ശരി. കേരള രാഷ്ട്രീയത്തിലെ ഏറ്റവും ഹ്രസ്വമായ ഘട്ടംകൊണ്ട് ഏറ്റവും പൂർണ്ണമായ രാഷ്ട്രീയ ജീവിതം നയിച്ച ജനനായകനായിരുന്നു സ. പി കൃഷ്ണപിള്ള.

മാമൂലുകളും യാഥാസ്ഥിതികത്വത്തിന്റെ ചിട്ടവട്ടങ്ങളെയും തുടക്കത്തിലേ തന്നെ വെല്ലുവിളിച്ചുകൊണ്ടായിരുന്നു സഖാവിന്റെ ജീവിതം. നന്നേ ചെറുപ്പത്തിലേതന്നെ അച്ഛനമ്മമാരെ നഷ്ടപ്പെട്ട സഖാവ് പഴയ നായർ തറവാട്ടു ഭരണസമ്പ്രദായമനുസരിച്ച് ഗൃഹഭരണ ചുമതല കൈയേല്ക്കാൻ നിർബ്ബന്ധിതനായി. 'കുടുമ' മുറിച്ചുകളഞ്ഞ് ആദ്യം മുടി ക്രോപ്പ് ചെയ്തു.

നിസ്സാരമെന്ന് ഇന്നു തോന്നാമെങ്കിലും യാഥാസ്ഥിതികരുടെ ഉഗ്രകോപത്തിന് വഴിവെക്കുന്ന ഒരു സംഗതിയായിരുന്നു അത്. അവിടംതൊട്ട് അങ്ങോട്ട് അനാചാരങ്ങൾക്കും സാമൂഹിക അസമത്വങ്ങൾക്കും എതിരെ ആഞ്ഞടിച്ചൊഴുകിയ സംഭവ സമൃദ്ധമായ ജീവിതമായിരുന്നു സ. പി കൃഷ്ണപിള്ളയുടേത്.

അനാചാരങ്ങളോടുള്ള അസഹിഷ്ണുത

കേരളത്തിലെ അവശ സമുദായങ്ങളുടെ അവകാശപ്പോരാട്ടത്തിലെ ഉജ്ജ്വല അദ്ധ്യായമാണ് വൈക്കം സത്യഗ്രഹം. മഹാത്മാഗാന്ധി നേരിട്ട് പങ്കെടുത്ത ആ സമരത്തിന്റെ അലകൾ ഉയരുന്നതിന്റെ സജീവ സാക്ഷിയായിരുന്നു ചെറുപ്പക്കാരനായ കൃഷ്ണപിള്ള. വൈക്കം ക്ഷേത്രത്തിന് ചുറ്റുമുള്ള റോഡുകളിൽ അവർണ്ണർ എന്നു വിളിക്കപ്പെട്ടിരുന്ന ഭൂരിപക്ഷ ജനവിഭാഗത്തിന് സഞ്ചാര സ്വാതന്ത്ര്യം നിഷേധിച്ചതിനെതിരെയായിരുന്നുവല്ലോ ആ സമരം.

കൃഷ്ണപിള്ള പതിവായി കൂട്ടുകാരുമൊന്നിച്ച് സത്യഗ്രഹം കാണാൻ പോവുകയും പ്രസംഗങ്ങൾ കേൾക്കുകയും ചെയ്തിരുന്നു. അതിനിടെ സത്യഗ്രഹികളെ യാഥാസ്ഥിതികരുടെ ഗുണ്ടകൾ കൈയേറ്റം ചെയ്യുക പതിവായി മാറി. കോട്ടൂർ കുഞ്ഞുകൃഷ്ണപിള്ളയെന്ന കോൺഗ്രസ് പ്രവർത്തകനെ ഇണ്ടത്തുരുത്തിൽ നമ്പ്യാതിരിയുടെ ഗുണ്ടകൾ അടിച്ചവശനാക്കിയപ്പോൾ കൃഷ്ണപിള്ള കൂട്ടുകാരോട് പറഞ്ഞുവത്രേ. "ആ മർദ്ദിച്ചവനെ വെറുതെ വിട്ടുകൂടാ. അവനെ നമുക്ക് അടിക്കണം." സൗകര്യം ലഭിച്ചപ്പോൾ പരിപാടി നടപ്പാക്കുകയും ചെയ്തു. സാമൂഹികമായ അനാചാരങ്ങളോടും അതിനെ താങ്ങിനിർത്തുന്ന യാഥാസ്ഥിതിക സമൂഹത്തോടും ഒടുങ്ങാത്ത അസഹിഷ്ണുതയും എതിർപ്പും പുലർത്തിയിരുന്ന

വിപ്ലവകരമായ കാഴ്ചപ്പാടും ദൃഢനിശ്ചയവുമായിരുന്നു തുടക്കത്തിലേ തന്നെ സഖാവിനുണ്ടായിരുന്നത് എന്നാണ് ഈ സംഭവം തെളിയിക്കുന്നത്.

ദാരിദ്ര്യത്തിന്റെയും ദുഃഖ ദുരിതങ്ങളുടെയും നടുവിൽ വളർന്നുവന്ന യൗവനമായിരുന്നു സഖാവിന്റേത്. ഈ ക്ലേശങ്ങളിൽ നിന്നാർജ്ജിച്ച ഉള്ളുറപ്പും സ്വഭാവമഹിമയും ജീവിതാന്ത്യംവരെ ഉന്നതമായ സംസ്കാര സവിശേഷതയോടെയുള്ള ജീവിതം നയിക്കാൻ സഖാവിന് കൈമുതലായിട്ടുണ്ടാവണം.

പുതിയ ആകാശം, പുതിയ ഭൂമി

ജീവിതത്തിന്റെ ഒരു ഇടവേളയിൽ പുറംനാടുകളിൽ ചുറ്റിക്കറങ്ങാൻ സഖാവ് നിർബ്ബന്ധിതനായി. ആ യാത്രയുടെ കാലഘട്ടം ഇന്ത്യയിൽ ബ്രിട്ടീഷ് സാമ്രാജ്യത്വത്തിനെതിരെ ദേശാഭിമാനശക്തികൾ പടപ്പുറപ്പാടിനൊരുങ്ങുന്ന കാലമായിരുന്നു. തൊഴിൽ ലഭിക്കുമെന്ന ലക്ഷ്യത്തോടെ അലഹാബാദിലേക്ക് ഹിന്ദിപഠനത്തിന് പുറപ്പെട്ട സഖാവ് മടങ്ങിയെത്തിയത് ഒരു പുതിയ ആകാശവും ഭൂമിയും സൃഷ്ടിക്കാനുള്ള ആശയത്തിന്റെ ഊർജ്ജവുമായിട്ടാണ്. അലഹാബാദ് അന്ന് ഇന്ത്യയുടെ രാഷ്ട്രീയ കേന്ദ്രസ്ഥാനമായിരുന്നു. അന്ന് അദ്ദേഹം കൈയിൽ കൊണ്ടുനടന്ന ഒരു പുസ്തകത്തെക്കുറിച്ച് അദ്ദേഹത്തിന്റെ ജീവചരിത്രകാരനായ ടി വി കെ അനുസ്മരിക്കുന്നുണ്ട്. പുസ്തകമിതാണ്. പ്രസിദ്ധ ഹിന്ദി സാഹിത്യകാരനായ പ്രേംചന്ദിന്റെ *മഹാജനി സഭ്യത* (ഹുണ്ടികക്കാരുടെ സംസ്കാരം).

"ഒരു പുതിയ യുഗത്തിന്റെ സൂര്യൻ ഇതാ ഉദിക്കുകയായി. അതിന്റെ പ്രകാശനിർഝരിയിൽ തൊഴിലാളി – മുതലാളി വ്യത്യാസം ഇല്ലാതാകും." ഈ ബോധമായിരുന്നു പി കൃഷ്ണപിള്ളയ്ക്ക് കൈവന്ന പുതിയ ഊർജ്ജം.

സമരാവേശമുള്ള തൊഴിലാളി നേതാക്കളെയും കമ്യൂണിസ്റ്റ് നേതാക്കളെയും കൂട്ടത്തോടെ അറസ്റ്റ് ചെയ്യുന്ന കാലമായിരുന്നു അത്. രാജ്യത്തിന്റെ വിവിധഭാഗങ്ങളിൽ ഒക്ടോബർ സോഷ്യലിസ്റ്റ് വിപ്ലവത്തിന്റെ ആവേശം ആളിപ്പടരുന്ന കാലം. അതിൽനിന്ന് ആവേശം ഉൾക്കൊണ്ട് ഇന്ത്യയിൽ കമ്യൂണിസ്റ്റ് ഗ്രൂപ്പുകൾ രൂപംകൊണ്ടുതുടങ്ങിയിരുന്നു. 1925 ൽ ഡിസംബറിൽ കാൺപൂരിൽ ഒത്തുകൂടിയ ഈ ഗ്രൂപ്പുകളുടെ സമ്മേളനമായിരുന്നു ഇന്ത്യൻ കമ്യൂണിസ്റ്റ് പാർട്ടിയുടെ ആദ്യകാല പ്രവർത്തനങ്ങൾക്കുള്ള രൂപരേഖ ആവിഷ്കരിച്ചത്. അതിനുമുമ്പ് താഷ്കന്റിൽ വെച്ച് ഇന്ത്യൻ കമ്യൂണിസ്റ്റ് പ്രസ്ഥാനത്തിന് ബീജാവാപം ചെയ്തിരുന്നു. ദേശീയ സ്വാതന്ത്ര്യം നേടുന്നതിന് ഇന്ത്യൻ വിപ്ലവകാരികൾ ദേശവ്യാപകമായി നടത്തുന്ന പ്രവർത്തനങ്ങളും തൊഴിലാളി കേന്ദ്രങ്ങളിൽ മുഖരിതമായിത്തീർന്ന പൂർണ്ണ സ്വാതന്ത്ര്യത്തിനായുള്ള മുദ്രാവാക്യങ്ങളും മുഴങ്ങിനിന്ന മനസ്സുമായിട്ടാണ് സഖാവ് കേരളത്തിലെത്തിയത്. സ്വാതന്ത്ര്യത്തിനുവേണ്ടിയുള്ള പോരാട്ടങ്ങളിൽ ആമഗ്നനാകാനുള്ള ഉറച്ച തീരുമാനവുമായിട്ടായിരുന്നു ആ വരവെന്ന് സഖാവിന്റെ പില്ക്കാല ജീവിതം സാക്ഷ്യപ്പെടുത്തുന്നു.

ഉപ്പു സത്യഗ്രഹത്തിൽ വഹിച്ച പങ്ക്

മഹാത്മജി അദ്ദേഹത്തിന്റെ വിഖ്യാതമായ ദണ്ഡിയാത്ര ആരംഭിക്കുന്നത് 1930 മാർച്ച് 12 നാണ്. ആ ദിവസംതന്നെ കേളപ്പന്റെ നേതൃത്വത്തിൽ പയ്യന്നൂരിലേക്കുള്ള ഉപ്പു സത്യഗ്രഹയാത്രയും കോഴിക്കോട്ടുനിന്ന് ആരംഭിച്ചു. 23 അംഗങ്ങളായിരുന്നു ആ യാത്രയിൽ, പില്ക്കാലത്ത് കോൺഗ്രസ് ഭരണത്തിന്റെ പീഡനമേറ്റ് മരിക്കേണ്ടിവന്ന മൊയാരത്ത് ശങ്കരനായിരുന്നു

ജാഥാ ക്യാപ്റ്റൻ. എ കെ ജിയും കേരളീയനുമൊക്കെ അംഗങ്ങളായിരുന്നു. ആ ജാഥയിൽ ഒരംഗമായിരുന്നു പി കൃഷ്ണപിള്ള.

ഉപ്പു നിയമലംഘനത്തെ നിരോധിച്ച് അന്നത്തെ ജില്ലാകലക്ടറായിരുന്ന സായിപ്പ് ഇറക്കിയ പത്രക്കുറിപ്പിൽ, സത്യഗ്രഹികൾ യഥാർത്ഥത്തിൽ ഉപ്പ് കുറുക്കുന്നില്ലെന്നും അവർ നടന്ന്, വില്ക്കുന്ന ഉപ്പ് അങ്ങാടിയിൽ നിന്ന് വാങ്ങിച്ചതാണെന്നുമായിരുന്നു പ്രചാരണം. ഇതിനെ പൊളിച്ചുകാട്ടാനായി പിന്നെ സമരക്കാരുടെ ശ്രമം. അറസ്റ്റും മർദ്ദനവും മുറതെറ്റാതെ നടന്നുകൊണ്ടിരുന്നു.

അങ്ങനെ ജൂൺ ആയപ്പോൾ സമരരംഗം കോഴിക്കോട്ടേക്കു മാറ്റാൻ സമരക്കാർ തീരുമാനിച്ചു. ഉപ്പു കുറുക്കാൻ സമ്മതിക്കില്ലെന്ന് സായിപ്പ്. കുറുക്കിയേ അടങ്ങൂ എന്ന് സമരക്കാർ. തിളച്ചുമറിയുന്ന ഒരു ഏപ്രിൽ വേനലിൽ ഖിലാഫത്ത് കടപ്പുറത്ത് ഒരുദിനം ഉപ്പുവെള്ളം നിറഞ്ഞ ചട്ടികൾക്കിടയിൽ സമരക്കാർ തീകൂട്ടി നിന്നു. ത്രിവർണ്ണ പതാകയേന്തി കൃഷ്ണപിള്ള അവർക്ക് കാവലാളായി. ഖദർ തൊപ്പിയിട്ട സമരവളണ്ടിയർമാർ അവർക്കൊപ്പം. കാണികളായി അകലെ പതിനായിരക്കണക്കിനാളുകൾ. സംഘർഷഭരിതമായ അന്തരീക്ഷം. ചട്ടിക്കടിയിൽ തീകൊളുത്തി. എന്തും സംഭവിക്കുമെന്ന ഉൽക്കണ്ഠയോടെ ഭയഗ്രസ്തരായിരുന്നു കാണികളെല്ലാം. ചട്ടികൾക്കിടയിൽ തീനാളങ്ങൾ ഉയർന്നതോടെ പൊലീസ് സൂപ്രണ്ട് ആമു വിസിലടിച്ചു. പൊലീസുകാർ കൊടിയ ആക്രമണം അഴിച്ചുവിട്ടു. പൊലീസുകാരുടെ ക്രൂരത മുഴുവൻ ഏതാണ്ട് ഒരാളിനോടായിരുന്നു. അത് ത്രിവർണ്ണപതാകയേന്തിനിന്ന സ. പി കൃഷ്ണപിള്ളയോടായിരുന്നു.

ധീരനായ ദേശസ്നേഹി

ദേശീയപതാകയുടെ മാനം കാക്കുന്നവനാണ് യഥാർത്ഥ ഉപ്പു സത്യഗ്രഹി എന്ന ഗാന്ധിജിയുടെ വാക്കുകൾ മുറുകെപ്പിടിച്ച് കൊടിയുടെ കമ്പ് മാറോടുചേർത്തു പിടിച്ച് കൊടും മർദ്ദനമേറ്റ് പി കൃഷ്ണപിള്ള സമരരംഗത്ത് അനുപമമായ ധീരതയോടെ നിന്നു. പൊലീസുകാർ വലിച്ചിഴച്ചു കൊണ്ടുപോയ കൃഷ്ണപിള്ള അറസ്റ്റ് വരിക്കുംവരെ ആ കൊടി വിട്ടുകൊടുത്തില്ല.

നാടാകെ തിരുവിതാംകൂർകാരൻ കൃഷ്ണപിള്ളയുടെ കഥകേട്ട് കോരിത്തരിച്ചു. ദേശീയ സ്വാതന്ത്ര്യത്തിനുവേണ്ടിയുള്ള പോരാട്ടത്തിൽ ഇത്തരം എത്രയോ സംഭവങ്ങൾ! മരണത്തെ മുഖാമുഖം കണ്ട സമരമുഹൂർത്തങ്ങളിലൊന്നിലും സഖാവ് പിന്മാറിയിട്ടില്ല. ജയിലിലും സമരരംഗത്തുമൊക്കെ അനീതികൾക്കും ദുർഭരണത്തിനുമെതിരെ അനിതരസാധാരണമായ ധീരതയോടെ എതിർപ്രസ്ഥാനം പടുത്തുയർത്താൻ അദ്ദേഹം ഒട്ടും പിന്നിലായിരുന്നില്ല. അതുപോലെതന്നെ ഒപ്പം നില്ക്കുന്ന സമരസഖാക്കളുടെ വേദനയിലും അതീവഹൃദയാലുവായിരുന്നു അദ്ദേഹം. അത്തരമൊരു സംഭവം എ കെ ജി അനുസ്മരിച്ചിട്ടുണ്ട്.

ക്ഷേത്രപ്രവേശന സത്യഗ്രഹ പ്രചാരവേലയുടെ മദ്ധ്യത്തിൽ പയ്യന്നൂർ കണ്ടോത്ത് എന്ന സ്ഥലത്തുവെച്ച് എ കെ ജിയെയും കേരളീയനെയും ഒപ്പമുണ്ടായിരുന്ന ഹരിജനങ്ങളെയും തദ്ദേശീയരായ കൃഷിക്കാർ മർദ്ദിച്ചു. വാർത്തയറിഞ്ഞ് കൃഷ്ണപിള്ള അവിടെയെത്തി രണ്ടുദിവസം താമസിച്ച് വേണ്ട ശുശ്രൂഷകൾ ചെയ്ത് അമ്മയെ സമാധാനപ്പെടുത്തി മടങ്ങി.

ഗുരുവായൂർ സത്യഗ്രഹത്തിലെ സാഹസികത

ഗുരുവായൂർ സത്യഗ്രഹകാലത്തെ ഒരു സംഭവം ഇവിടെ സ്മരിക്കാം. സത്യഗ്രഹം പല നാളുകൾ പിന്നിട്ട് സജീവത്വമില്ലാതെ പോകുന്നതിൽ ഖിന്നനായിരുന്നു സഖാവ്. എ കെ ജി. സത്യഗ്രഹ വളണ്ടിയറായി നില്ക്കുന്ന ആ സമരം അങ്ങനെ പോകുന്നത് ശരിയല്ലെന്ന് സഖാവിന് തോന്നി. ക്ഷേത്രസോപാനത്തിൽ തൂക്കിയിരുന്ന മണിയടിക്കാൻ സഖാവ് നിശ്ചയിച്ചു. ബ്രാഹ്മണർക്കു മാത്രം അനുവദിച്ചിട്ടുള്ള ആ കൃത്യം ചെയ്താലുണ്ടാകുന്ന ഭവിഷ്യത്തുകൾ സഖാവ് മുൻകൂട്ടി കണ്ടിരിക്കണം. ക്ഷേത്രത്തിൽ സവർണ്ണർ നടത്തുന്ന എല്ലാ ആരാധനകളും ഞങ്ങൾക്കും നടത്താൻ അവകാശമുണ്ട്; അത് നടത്തുകയും വേണം എന്ന് ക്ഷേത്രനടയിൽവെച്ച് മന്നത്ത് പത്മനാഭൻ നടത്തിയ ആഹ്വാനത്തെത്തുടർന്ന് ബ്രാഹ്മണരൊഴികെ ആരെങ്കിലും മണിയടിക്കുന്നുവെങ്കിൽ അവരെ തടയാൻ ക്ഷേത്രഭാരവാഹികൾ കാവൽ ഏർപ്പെടുത്തിയിരുന്നു. അതിനടുത്തൊരു ദിവസം കൃഷ്ണപിള്ള മണിയടിക്കാൻ ക്ഷേത്രത്തിലേക്ക് പോയി. കാവല്ഭടന്മാർ തടഞ്ഞെങ്കിലും തടസ്സം നീക്കി സോപാനത്തിൽ കയറി അദ്ദേഹം മണിയടിച്ചു. മണിയടിച്ചയത്രയും നേരം മുളവടികൊണ്ട് കാവല്ക്കാർ അദ്ദേഹത്തെ പ്രഹരിച്ചു.

സംഭവത്തിന് ദൃക്സാക്ഷിയായിരുന്നു പ്രസിദ്ധ വിപ്ലവകാരിയായ വിഷ്ണു ഭാരതീയൻ. ആ സംഭവം അദ്ദേഹം അനുസ്മരിക്കുന്നത് ഇങ്ങനെയാണ്: ഓരോ അടി ഏല്ക്കുമ്പോഴും കൃഷ്ണപിള്ള പറയും: "ഉശിരുള്ള നായർ മണി അടിക്കട്ടെ, എച്ചിൽപെറുക്കി നായർ അവരുടെ പുറത്തടിക്കട്ടെ!"

വിപ്ലവപ്രസ്ഥാനത്തിന്റെ സ്ഥാപകനായകൻ

അങ്ങനെ യാതനയുടെയും വേദനയുടെയും എത്രയെത്ര സമരരംഗങ്ങൾ സഖാവ് അഭിമുഖീകരിച്ചിരിക്കുന്നു. അനാചാരനിബിഡമായ ഒരു സാമൂഹിക ചുറ്റുപാടിൽനിന്നും ദേശീയ സ്വാതന്ത്ര്യപ്രസ്ഥാനത്തിന്റെ ത്രിവർണ്ണ പതാകാവാഹകനായി കടന്നുവന്ന് കേരളത്തിലെ വിപ്ലവപ്രസ്ഥാനത്തിന്റെ സ്ഥാപക നായകനായി മാറി. കമ്യൂണിസ്റ്റ് പ്രസ്ഥാനത്തിന്റെ പതാകക്കീഴിൽ അസംഘടിത തൊഴിലാളികളെയും കർഷകരെയും അണിനിരത്തുന്നതിലും അവരുടെ അവശതയും അടിമത്തവും

അവസാനിപ്പിക്കാനുള്ള പോരാട്ടത്തിൽ കൊടും യാതനകളുടെ നടുവിലും ഒരു കമ്യൂണിസ്റ്റുകാരനു മാത്രം വശമുള്ള പ്രതിബദ്ധതയും സഹനവും ഉയർത്തിപ്പിടിക്കുന്നതിലും മാതൃക കാട്ടിയ വിപ്ലവകാരിയായിരുന്നു സ. പി കൃഷ്ണപിള്ള.

ഒട്ടേറെ സ്മരണകളും സംഭവങ്ങളും സഖാവിന്റെ അല്പമാത്ര ജീവിതത്തിൽനിന്ന് നമുക്ക് വഴികാട്ടിയായി ലഭിക്കും.

ആദരണീയ വ്യക്തിത്വം

ഇന്ത്യൻ നാഷണൽ കോൺഗ്രസിന്റെ പ്രവർത്തകനായി മാറിയ സഖാവ്, ഇടതുപക്ഷ ആശയങ്ങളുടെ പ്രചാരകനും വക്താവുമായി മാറിയതിൽ അത്ഭുതമില്ല. പണിയെടുക്കുന്ന തൊഴിലാളികളോടും അടിമത്തം അനുഭവിക്കുന്ന കർഷകരോടും കോൺഗ്രസ് അനുവർത്തിക്കുന്ന നയം ഒട്ടും ആശാസ്യമായിരുന്നില്ല എന്ന് അദ്ദേഹം തിരിച്ചറിഞ്ഞു. ദേശീയ സ്വാതന്ത്ര്യം നേടിയ ഘട്ടത്തിലും പിന്നീടും കോൺഗ്രസ് ഭൂവുടമ വർഗ്ഗത്തിന്റെ താല്പര്യ സംരക്ഷണത്തിനായിരുന്നു മുൻതൂക്കം നല്കിപ്പോന്നത്. ഇതിൽനിന്നും കൃഷിക്കാരെയും അദ്ധ്വാനിക്കുന്ന തൊഴിലാളികളെയും മോചിപ്പിക്കുകയായിരുന്നു സഖാവിനെപ്പോലുള്ളവരുടെ ലക്ഷ്യം. എന്നാൽ ഈ പ്രവണതകളുടെ വക്താക്കളായ വലതുപക്ഷക്കാരായ കോൺഗ്രസുകാരിൽപ്പോലും ആദരവ് ഉളവാക്കുന്നതായിരുന്നു അദ്ദേഹത്തിന്റെ വ്യക്തിത്വം.

ആ വ്യക്തിത്വത്തിൽ ആകൃഷ്ടനായാണ് തന്റെ രാഷ്ട്രീയഗുരുവായ കേളപ്പന്റെ വാക്ക് മറികടന്ന് കാഞ്ഞങ്ങാട് സി കണ്ണൻ നായർ, കെ പി സി സി സെക്രട്ടറി സ്ഥാനത്തേക്കുള്ള മത്സരത്തിൽ ഇടതുപക്ഷ ഗ്രൂപ്പിന്റെ പ്രതിനിധിയായിരുന്ന ഇ എം എസ് നമ്പൂതിരിപ്പാടിന് വോട്ട് രേഖപ്പെടുത്തിയത്. ഒറ്റവോട്ടിന്റെ ഭൂരിപക്ഷത്തിലാണ് സഖാവ് വിജയിച്ചത്. ഇതിന്റെ സൂത്രധാരകത്വം വഹിച്ചത് സ. കൃഷ്ണപിള്ളയായിരുന്നുവെന്നത് പ്രത്യേകം പറയേണ്ടതില്ലല്ലോ.

കേളപ്പൻ, സി കെ ഗോവിന്ദൻനായർ എന്നിവർ പിരിഞ്ഞശേഷം കോൺഗ്രസ് സോഷ്യലിസ്റ്റ് പാർട്ടിയെ സംഘടനാരൂപത്തിൽ വളർത്തിക്കൊണ്ടുവരുന്നതിൽ കൃഷ്ണപിള്ള വലിയ പങ്കുവഹിച്ചു. തുടർന്ന് 1934 ൽ കോഴിക്കോട് ചേർന്ന ആദ്യത്തെ കോൺഗ്രസ് സോഷ്യലിസ്റ്റ് പാർട്ടി സമ്മേളനത്തെത്തുടർന്ന് പാർട്ടി ഘടകങ്ങൾ സ്ഥാപിക്കാൻ കേരളമാകെ പര്യടനം നടത്തിയത് രണ്ടുപേരാണ് – സ. കൃഷ്ണപിള്ളയും ഇ എം എസും. കേരള സോഷ്യലിസ്റ്റ് പാർട്ടിയുടെ സെക്രട്ടറിയായിരുന്നു സ. കൃഷ്ണപിള്ള.

1934 ൽ കോൺഗ്രസ് സോഷ്യലിസ്റ്റ് പാർട്ടി ജന്മം കൊണ്ടശേഷം 1939 ൽ അത് ഒന്നടങ്കം കമ്യൂണിസ്റ്റ് പാർട്ടിയായി മാറുന്നതിനിടയിലുള്ള അഞ്ചുവർഷക്കാലം സംഭവബഹുലമായിരുന്നു. തൊഴിലാളികൾ, കൃഷിക്കാർ, അദ്ധ്യാപകർ, വിദ്യാർത്ഥികൾ, യുവജനങ്ങൾ, മഹിളകൾ തുടങ്ങി

വിവിധ വിഭാഗങ്ങൾ അണിനിരന്ന മുതലാളിത്തത്തിനും ജന്മിത്തത്തിനുമെതിരായ പോരാട്ടങ്ങൾ. അതിലൂടെ ദേശീയ സ്വാതന്ത്ര്യസമരത്തെയും മുതലാളി – ജന്മിവിരുദ്ധസമരത്തെയും കൂട്ടിയിണക്കി സോഷ്യലിസത്തിനു വേണ്ടിയുള്ള ബഹുജനപ്രസ്ഥാനത്തെ ശക്തിപ്പെടുത്തുന്നതിൽ പി കൃഷ്ണപിള്ളയുടെ അന്യാദൃശമായ സംഘാടക പാടവവും ആശയാവബോധവും നിശ്ചയദാർഢ്യവും എത്ര വലുതായിരുന്നുവെന്നത് ചരിത്രരേഖയാണ്.

ഞാനും സഖാവും

1935 നു ശേഷം തുടർച്ചയായി പി കൃഷ്ണപിള്ളയുമായി ബന്ധപ്പെട്ടു പ്രവർത്തിക്കാൻ എനിക്ക് ഇടവന്നു. അന്നു ഞാൻ വിദ്യാർത്ഥിയായിരുന്നു. വിദ്യാർത്ഥി പ്രസ്ഥാനത്തിലേക്ക് ഞാൻ കടന്നുവരുന്നതിനും പാർട്ടിയിലേക്ക് കടന്നുവരുന്നതിനും പിന്നിലെ പ്രധാന പ്രചോദനങ്ങളിലൊന്നായിരുന്നു പി കൃഷ്ണപിള്ളയുടെ വ്യക്തിത്വം.

ആ സ്മരണ ഒരിക്കലും മനസ്സിൽനിന്നു മാഞ്ഞുപോവില്ല. നിയമവിരുദ്ധ പാർട്ടിയായിരുന്ന കമ്യൂണിസ്റ്റ് പാർട്ടിയെ ഒളിവിലിരുന്നുകൊണ്ട് എല്ലാവിധ മർദ്ദനങ്ങളെയും അടിച്ചമർത്തലുകളെയും നേരിട്ട് കേരളത്തിലെ കരുത്തുറ്റ പ്രസ്ഥാനമാക്കുന്നതിലും അതിന്റെ നേതാക്കളെ ആശയവ്യക്തതയുടെയും അചഞ്ചലതയുടെയും മാതൃകകളാക്കി വളർത്തുന്നതിലും സഖാവ് വഹിച്ച പങ്ക് നിസ്തുലമാണ്.

സഖാക്കളെ, മുന്നോട്ട്

കേരളത്തിന്റെ വിപ്ലവപ്രസ്ഥാനത്തിന്റെ പോരാട്ട ചരിത്രത്തിലെ കണ്ണീർ പൊടിയുന്ന അദ്ധ്യായമാണ് കയ്യൂർ സമരം. 1943 മാർച്ചിൽ കോഴിക്കോട്ട് നടന്ന ആദ്യത്തെ കേരള പാർട്ടി സമ്മേളനം പി കൃഷ്ണപിള്ളയെ സെക്രട്ടറിയായി തിരഞ്ഞെടുത്തു. കയ്യൂർ സമര സഖാക്കളെ തൂക്കിക്കൊല്ലാൻ വിധിച്ച വാർത്ത സമ്മേളനാന്തരീക്ഷത്തെ ശോകഭരിതമാക്കി. കയ്യൂർ സഖാക്കളുടെ സന്തപ്ത കുടുംബാംഗങ്ങളെ സന്ദർശിക്കാൻ പാർട്ടിയുടെ അഖിലേന്ത്യാ സെക്രട്ടറി പി സി ജോഷിയും പാർട്ടി സെക്രട്ടറി കൃഷ്ണപിള്ളയും പി സുന്ദരയ്യയും ഉൾപ്പെടുന്ന ഒരു ഉന്നത സംഘം കയ്യൂർ സഖാക്കളുടെ കുടുംബങ്ങൾക്ക് കൊടുക്കാൻ പാർട്ടി ശേഖരിച്ച ഫണ്ടുമായി കയ്യൂർ സഖാക്കളുടെ മാതാപിതാക്കളുടെ മുന്നിലെത്തി.

ദുഃഖഭാരത്താൽ നിരുദ്ധകണ്ഠനായിപ്പോയ സ. ജോഷിക്ക് വാക്കുകൾ പുറത്തുവന്നില്ല. ഫണ്ട് കൊടുക്കുന്ന കർമ്മം സ. ജോഷിക്ക് നിർവ്വഹിക്കാനായില്ല. ആ കർമ്മം നിർവ്വഹിച്ചത് സ. കൃഷ്ണപിള്ള തന്നെയാണ്. ആരുടെ മുമ്പിലും കുനിയാത്ത ആ ധീരശിരസ്സ് അവർക്കുമുമ്പിൽ കുനിഞ്ഞു.

ജയിൽ മുറികൾക്കുമുമ്പിൽ ഉശിരന്മാരായ ആ സഖാക്കളെ കാണാൻ അവർ ചെന്നു. തൊണ്ടയിടറി വാക്കുകൾ പുറത്തുവരാതെ നിന്ന അവരെ, കഴുമരത്തിലേക്ക് നടന്നുനീങ്ങിയ കർഷകകേരളത്തിന്റെ ആ നാല്

ഉശിരന്മാരായ സഖാക്കൾ ആശ്വസിപ്പിച്ചു:

"ഞങ്ങളെന്തിനാണ് ജീവാർപ്പണം ചെയ്യുന്നതെന്ന് ഞങ്ങൾക്ക് നന്നായി അറിയാം. ഞങ്ങളെ ഓർത്ത് അസ്വസ്ഥരാകരുത്. നമ്മുടെ മഹത്തായ ലക്ഷ്യത്തിലേക്ക് അടിപതറാതെ സമരം ചെയ്ത് മുന്നേറാൻ സഖാക്കൾക്ക് നേതൃത്വം കൊടുക്കണം. സഖാക്കളെ മുന്നോട്ട്."

ഇതായിരുന്നു തൂക്കുമരത്തണലിൽനിന്ന് ആ ധീരന്മാർ അന്തിമാഭിലാഷമായി പറഞ്ഞത്.

അതേ, അത്തരം സമര സഖാക്കളെ സൃഷ്ടിച്ച് കമ്യൂണിസ്റ്റ് പാർട്ടിയെ ബലിഷ്ഠമായ അടിത്തറയുള്ള ബഹുജന പ്രസ്ഥാനമാക്കിയ ആദ്യ ശില്പിയുടെ വാക്കുകൾ തന്നെ നമുക്ക് വെളിച്ചമാകട്ടെ:

സഖാക്കളെ, മുന്നോട്ട്....

ദേശാഭിമാനിയിൽ എഴുതിയ ലേഖനം.

ജനമനസ്സുകളുടെ നായകനായ ഇ എം എസ്

ചരിത്രത്തിനൊപ്പം നടന്ന ജനനായകരുണ്ട്. എന്നാൽ ചരിത്രത്തിന് ചാലുകീറിക്കൊണ്ട് കാലത്തെ നയിച്ചു കടന്നുവന്നവർ അത്യപൂർവ്വം. ആ ജനുസ്സിൽപ്പെടുന്ന യുഗപ്രഭാവനായ അതികായനാണ് ഇ എം എസ്.

ഐക്യകേരളപ്പിറവിയുടെ ഘട്ടത്തിൽ നമ്മുടെ ജനങ്ങൾക്ക് ഒരുപാട് ആശങ്കകളുണ്ടായിരുന്നു. കേരളം എങ്ങനെയാവണമെന്നതിനെക്കുറിച്ച് ഏറെ സങ്കല്പങ്ങളുണ്ടായിരുന്നു. ഇന്ന് തിരിഞ്ഞുനോക്കുമ്പോൾ ആ വഴിക്കുതന്നെ കേരളം ഏറെ മാറിയിട്ടുണ്ട് എന്നു കാണാം. കേരളത്തെ ഇന്നു നാം കാണുന്ന വിധത്തിലുള്ള കേരളമാക്കിത്തീർക്കുന്നതിൽ ഇ എം എസ് വഹിച്ച പങ്ക് നിസ്തുലമാണ്.

ഐക്യകേരളത്തിന്റെ ആദ്യത്തെ മുഖ്യമന്ത്രിയായിരുന്നു ഇ എം എസ്. 1957 ലും 67 ലും അദ്ദേഹത്തിന്റെ നേതൃത്വത്തിലിവിടെ അധികാരത്തിൽ വന്ന ഗവൺമെന്റുകൾ വിപ്ലവകരമായ സാമൂഹിക പരിഷ്കരണ നടപടികൾ മുഖേന കേരളത്തിന്റെ മുഖഛായ തന്നെ മാറ്റിത്തീർത്തു. അതിനു വഴിതെളിച്ച പല നിയമനിർമ്മാണങ്ങൾക്കും നിയമസഭയിൽ നേതൃത്വം നല്കിയ നേതാവാണ് ഇ എം എസ്. ആ പ്രക്രിയയിലാണ് കേരള നിയമസഭ ഇന്ത്യയിലെ പല നിയമസഭകൾക്കും മാതൃകയായ അവസ്ഥയിലേക്ക് ഉയർന്നത്. കേരള നിയമസഭ ഇന്ത്യയുടെ ശ്രദ്ധാകേന്ദ്രമായത്.

ജന്മിവാഴ്ച അവസാനിപ്പിക്കാൻ

മുഖ്യമന്ത്രിയായി അധികാരത്തിൽ വന്നയുടൻ ഭൂമിയിൽനിന്ന് ഒഴിപ്പിക്കൽ നടപടി അവസാനിപ്പിക്കുന്ന രേഖയിലാണ് അദ്ദേഹം ഒപ്പുവച്ചത്. കേരളത്തിൽ ജന്മിത്തവാഴ്ച അവസാനിപ്പിക്കുന്നതിനും ഈ രാജ്യത്ത്

ആദ്യമായി സമഗ്രമായ ഭൂപരിഷ്കരണ നടപടികൾ നടപ്പാക്കുന്നതിനും അദ്ദേഹത്തിന്റെ നേതൃത്വത്തിൽ വന്ന മന്ത്രിസഭയ്ക്കു കഴിഞ്ഞു.

ജീവിതകാലമത്രയും മണ്ണിൽ പണിയെടുത്തിട്ടും ആറടി മണ്ണു പോലും സ്വന്തമെന്നു പറയാനില്ലാത്ത ദയനീയാവസ്ഥയിൽ കഴിഞ്ഞിരുന്ന മണ്ണിന്റെ മക്കൾക്ക് സ്വന്തമായി ഒരു തുണ്ട് ഭൂമി നല്കി എന്നതാണ് ഇ എം എസിന്റെ ഏറ്റവും ഉന്നതമായ, മനുഷ്യത്വപൂർണ്ണമായ നടപടി.

വിദ്യാഭ്യാസരംഗത്ത് വിപ്ലവകരമായ പരിഷ്കാരങ്ങൾ വരുത്തുകയും അദ്ധ്യാപക സമൂഹത്തെ മാനേജുമെന്റിന്റെ ചൂഷണത്തിൽനിന്നു മോചിപ്പിക്കുകയും ചെയ്തത് ആ ഗവൺമെന്റാണ്. അത് സംസ്കാരപൂർണ്ണമായ മറ്റൊരു നടപടി.

ഭരണപരിഷ്കാരത്തിന് തുടക്കംകുറിച്ച് അധികാരവും ജനങ്ങളും

തമ്മിലുള്ള വിടവ് നികത്താനും അങ്ങനെ അധികാരവികേന്ദ്രീകരണം നടപ്പാക്കുന്നതിനുമുള്ള നടപടികൾ നീക്കിയതും ആ ഗവൺമെന്റാണ്.

ഏറ്റവുമൊടുവിൽ ജനകീയാസൂത്രണപദ്ധതിയുടെ ചുക്കാൻ പിടിക്കുകയും അങ്ങനെ കേരളത്തിൽ വ്യാപകമായി പുരോഗമനപരമായ മാറ്റങ്ങൾ വരുത്തുന്നതിനുള്ള പ്രവർത്തനങ്ങളിൽ വ്യാപൃതനായിരിക്കുകയുമായിരുന്നു ഇ എം എസ്.

ഇത്തരം നടപടികളാണ് ഐക്യകേരളപ്പിറവിക്കുശേഷം കേരളത്തിൽ അടിസ്ഥാനപരമായ സാമൂഹിക മാറ്റങ്ങൾക്ക് ബീജാവാപം ചെയ്തത്. ഇതിനു നേതൃത്വം നല്കിയ വ്യക്തി എന്നതു മാത്രം മതി ഇ എം എസിനെ വരുംകാലവും തലമുറകളും പോലും ആദരിക്കാൻ.

സംവാദം – ഇ എം എസ് ശൈലി

പക്ഷേ, ഇ എം എസ് അതിനുമപ്പുറം എന്തെല്ലാമാണ്! ഒരു വടവൃക്ഷം പോലെ കേരളത്തിലെ രാഷ്ട്രീയ – സാമൂഹിക – സാംസ്കാരിക മണ്ഡലങ്ങളിൽ നിറഞ്ഞുനില്ക്കുകയായിരുന്നു, ഏഴു പതിറ്റാണ്ടു കാലം ഇ എം എസ്. നമ്മുടെ കൈവശമുള്ള ഏതു മുഴക്കോൽ കൊണ്ട് അളന്നാലും അളന്നുതീർക്കാനാവാത്ത ഔന്നത്യവും മഹത്വവുമായിരുന്നു അത്.

ഇ എം എസിന്റെ ഒരു പ്രസംഗം; അല്ലെങ്കിൽ ഒരു ലേഖനം; അതുമതിയായിരുന്നു കേരളത്തിന്റെ നിശ്ചലമായ സാമൂഹിക – രാഷ്ട്രീയ മണ്ഡലങ്ങളിൽ സംവാദത്തിന്റെ കൊടുങ്കാറ്റ് ഉയർത്താൻ. ആ കൊടുങ്കാറ്റ് അടങ്ങുമ്പോൾ മലയാളിയുടെ മനസ്സിന് അതുവരെ ലഭ്യമല്ലാതിരുന്ന ഒരു ബോധത്തെളിമ കൈവരുമായിരുന്നു. ഇ എം എസിന്റെ അവിശ്രമ പരിശ്രമങ്ങളുടെ ലക്ഷ്യവും അതായിരുന്നു.

മനുഷ്യരാശിയെ ആകെ സ്നേഹിക്കാൻ മാത്രം കഴിയുന്ന കരുണാർദ്രമായ ഒരു ഹൃദയം. മനുഷ്യ മോചനത്തിനുവേണ്ടി അക്ഷീണം പ്രവർത്തിച്ചുകൊണ്ടിരുന്ന ഒരു മസ്തിഷ്കം: അവയുടെ സമന്വയമായിരുന്നു മരണംവരെ കർമ്മനിരതനായിരുന്ന ഇ എം എസിന്റെ വ്യക്തിത്വം.

ഇടതുപക്ഷത്തിന്റെ ശക്തിസ്രോതസ്സ്

ഇന്ത്യയുടെ ദേശീയ രാഷ്ട്രീയത്തിൽ ഇടതുപക്ഷത്തിന് ശ്രദ്ധേയമായ പങ്കുവഹിക്കാനുണ്ടെന്നും ആ പങ്കാണ് വിലപ്പോവുക എന്നുമുള്ള സ്ഥിതി സംജാതമായതും ദേശീയതലത്തിൽ ബോദ്ധ്യപ്പെട്ടതും ഇ എം എസ്, സി പി ഐ (എം) ജനറൽ സെക്രട്ടറിയായിരുന്ന ഘട്ടത്തിലാണ്. അതു കൂടുതൽ ശക്തിപ്പെട്ട് വരുംകാലങ്ങളിലും തുടരും. ഇടതുപക്ഷത്തെ ദേശീയതലത്തിൽ ഈ നിലയ്ക്ക് വളർത്തിയെടുക്കുന്ന പ്രക്രിയയിൽ ഇ എം എസ്, ഇന്ത്യയ്ക്കാകെ സ്വീകാര്യനാവുകയായിരുന്നു, ശ്രദ്ധേയനായ ഒരു ദേശീയനേതാവ് ഉയരുകയായിരുന്നു.

ഇ എം എസ്, മാർക്സിസം – ലെനിനിസത്തിന്റെ വെളിച്ചത്തിലാണ്

ദേശീയ – സാർവ്വദേശീയ സംഭവ വികാസങ്ങളെ അപഗ്രഥിച്ച് അവതരിപ്പിച്ചത്. മാറുന്ന കാലത്ത് പുതിയ വെല്ലുവിളികളെ അദ്ദേഹം അങ്ങനെ നേരിട്ടപ്പോൾ ലോകമാകെ ശ്രദ്ധിക്കുന്ന മാർക്സിസ്റ്റ് സൈദ്ധാന്തികനായി, ദാർശനികനായി ഇ എം എസ് മാറി. കേരളം വളർത്തിയെടുത്ത ഒരു വിശ്വപൗരനായി ഇ എം എസ് മാറി.

ജനനന്മയ്ക്കായി ഹോമിക്കപ്പെട്ട സ്വകാര്യജീവിതം

മർദ്ദിതരും പീഡിതരും ചൂഷിതരും നിസ്വരുമായ ലക്ഷോപലക്ഷം ജനങ്ങൾ. അവരുടെ ജീവിതം ജീവിതയോഗ്യമാക്കി മാറ്റിത്തീർക്കുന്നതിനായി സമർപ്പിക്കപ്പെട്ട ജീവിതമായിരുന്നു അത്. കുടുംബം അദ്ദേഹത്തിന് ഈ സമൂഹമാകെയായിരുന്നു. സ്വകാര്യ ജീവിതത്തെ സാമൂഹിക ജീവിതവുമായി ഇത്രമേൽ ലയിപ്പിച്ചെടുത്ത രാഷ്ട്രീയ വ്യക്തിത്വങ്ങൾ നമുക്ക് അധികമില്ല.

ജീവിതത്തെ ഒരു പോരാട്ടമാക്കി ഇ എം എസ് മാറ്റി. ആദ്യഘട്ടത്തിൽ സ്വന്തം സമുദായത്തിലെ അന്ധമായ അനാചാരങ്ങൾക്കെതിരെയുള്ള പോരാട്ടം. പിന്നീട് ബ്രിട്ടീഷ് സാമ്രാജ്യത്വത്തിനെതിരെയുള്ള പോരാട്ടം. അതിനുശേഷം ബൂർഷ്വ – ഭൂപ്രഭു ഭരണവർഗ്ഗത്തിന്റെ ജനദ്രോഹത്തിനെതിരായ പോരാട്ടം. അമിതാധികാര സ്വേച്ഛാധിപത്യ വാഴ്ചയ്ക്കെതിരെ ജനാധിപത്യത്തെ സംരക്ഷിച്ചു നിർത്താനുള്ള പോരാട്ടം. വർഗ്ഗീയ ഫാസിസ്റ്റ് ശക്തികൾ ജനമനസ്സുകളുടെ ഒരുമയും രാഷ്ട്രത്തിന്റെ ഐക്യവും തകർക്കുന്നതിനെതിരായ പോരാട്ടം. പരോക്ഷമായ കൊളോണിയൽ സാമ്പത്തികാധിനിവേശങ്ങൾക്കെതിരായ പോരാട്ടം. ജന്മിത്തത്തിനും ഭൂപ്രഭുത്വത്തിനുമെതിരായ പോരാട്ടം. അടിച്ചമർത്തലിനും ചൂഷണത്തിനും എതിരായ പോരാട്ടം. അങ്ങനെ സമരങ്ങളുടെ നീണ്ട നിരകളാൽ ബന്ധിക്കപ്പെട്ട ജീവിതമായിരുന്നു അത്. അതിനിടെ നീണ്ട ഒളിവു ജീവിതങ്ങൾ; ജയിൽവാസങ്ങൾ!

മാർക്സിസത്തിന്റെ പാത

വള്ളുവനാട്ടെ പ്രസിദ്ധമായ ജന്മികുടുംബത്തിൽ പിറന്ന ഒരാൾക്ക് സ്വന്തം സുഖമായിരുന്നു താല്പര്യമെങ്കിൽ കല്ലും മുള്ളും നിറഞ്ഞ ഈ വഴിയേ വരേണ്ടിയിരുന്നില്ല. കാലവും സമൂഹവും ഏറെ ദുസ്സഹമായ അവസ്ഥയിലാണെന്ന് ചെറുപ്പത്തിലേ ഇ എം എസ് തിരിച്ചറിഞ്ഞു. ഇത് മാറ്റിമറിക്കാനുള്ള പോരാട്ടത്തിൽനിന്ന് ഒരു മനുഷ്യസ്നേഹിക്കും ഒഴിഞ്ഞുനില്ക്കാനാവില്ല എന്ന് അദ്ദേഹം മനസ്സിലാക്കി. ചരിത്രഗതിയെ മാറ്റിത്തീർക്കാനുള്ള ആ പോരാട്ടത്തിനുള്ള ആയുധം അദ്ദേഹം ശാസ്ത്രീയ സോഷ്യലിസത്തിന്റെ സിദ്ധാന്തങ്ങളിൽ – മാർക്സിസം ലെനിനിസത്തിൽ – കണ്ടെത്തി.

കോൺഗ്രസുകാരനായി രാഷ്ട്രീയ ജീവിതത്തിലേക്ക് ഇറങ്ങിയ ഈ സ്വാതന്ത്ര്യ സമരസേനാനി കോൺഗ്രസ് സോഷ്യലിസ്റ്റ് പാർട്ടിയിലൂടെ

കമ്യൂണിസ്റ്റ് പാർട്ടിയിലേക്ക് എത്തിയത് മനുഷ്യ മോചനത്തിനുവേണ്ടിയുള്ള അർപ്പണ മനോഭാവം മൂലമാണ്. തന്റെ പ്രായോഗിക പ്രവർത്തനങ്ങളും ധിഷണാശക്തിയുമെല്ലാം ഈ സമൂഹത്തെ മാറ്റിത്തീർക്കുന്നതിനായി അദ്ദേഹം സമർപ്പിച്ചു. ആ സമർപ്പിത സേവനമാണ് ജനതയാകെ, മുഴുവൻ സ്നേഹവും വിശ്വാസവും അർപ്പിക്കുന്ന ഒരവസ്ഥയിലേക്ക് കൊണ്ടെത്തിച്ചത്. അതിന്റെ ദൃഷ്ടാന്തമായിരുന്നു പൊരിവെയിലിൽ ജനസഹസ്രങ്ങൾ ആ മുഖം അവസാനമായി ഒരുനോക്ക് കാണാനായി കാത്തുനില്ക്കുന്ന കഴിഞ്ഞ ദിവസത്തെ ദൃശ്യം.

സാഹിത്യകാരനും നിരൂപകനും

സാഹിത്യരംഗത്ത് സജീവസാന്നിദ്ധ്യമായിരുന്നു, നിരവധി പതിറ്റാണ്ടുകളായി ഇ എം എസ്. 1937 ൽ *മാതൃഭൂമി*യിൽ ഇ എം എസ് എഴുതിയ *ജീവൽസാഹിത്യവും സൗന്ദര്യബോധവും* എന്ന ലേഖനം പുരോഗമന പ്രസ്ഥാനത്തിന് മാനിഫെസ്റ്റോ ആയി. മലയാള സാഹിത്യരംഗത്ത് ആ ലേഖനം ഉയർത്തിയ ചലനങ്ങൾ സാഹിത്യചരിത്രത്തിന് ചാലുകീറുന്ന വിധത്തിലുള്ളവയായിരുന്നു. അതു മുതലിതുവരെയുള്ള സാഹിത്യസംവാദങ്ങളിൽ ഇ എം എസ് വഹിച്ച പങ്ക് ചരിത്രത്തിന്റെ ഭാഗമാണിന്ന്. കുട്ടികൃഷ്ണമാരാർ, കേസരി, മുണ്ടശ്ശേരി തുടങ്ങിയവരോടൊക്കെ ഏറ്റുമുട്ടിയും സഹകരിച്ചും ചിന്തയെ നവീകരിച്ചും നിലപാടുകൾ ഊട്ടിയുറപ്പിച്ചും ഇ എം എസ് നടത്തിയ പ്രവർത്തനങ്ങൾ മലയാള സാഹിത്യത്തിന്റെ പൊതുനേട്ടമായി വിലയിരുത്തപ്പെടും.

തെളിഞ്ഞ ചിന്തയും തെളിഞ്ഞ ഭാഷയും തെളിഞ്ഞ അപഗ്രഥനരീതിയും ഇ എം എസിന്റെ മുഖമുദ്രയായിരുന്നു. സങ്കീർണ്ണങ്ങളായ മൗലികചിന്തകൾപോലും അതീവ ലളിതമായി സമർത്ഥിക്കാൻ ഇ എം എസിനു സവിശേഷമായ ചാതുരിയുണ്ടായിരുന്നു. ഭാഷ, ചരിത്രം, സഞ്ചാരസാഹിത്യം, രാഷ്ട്രീയം, സിദ്ധാന്തം തുടങ്ങി പല വിഷയങ്ങളിലായി ഇ എം എസ് എഴുതിയിട്ടുള്ള കൃതികൾ നൂറിലേറെയാണ്. തുടർന്നിങ്ങോട്ട് എത്രയോ സംവാദങ്ങൾ! സാഹിത്യത്തെ സാമൂഹിക വീക്ഷണകോണിലൂടെ വിലയിരുത്തുന്ന നിരൂപണ സമ്പ്രദായത്തിന് ഇ എം എസ് നല്കിയ സംഭാവനകൾ അളവറ്റതാണ്.

രാഷ്ട്രീയ നേതാവ്, പ്രഭാഷകൻ, ചരിത്രകാരൻ, പത്രാധിപർ, ഭരണകർത്താവ്, കോളമിസ്റ്റ്, നിരൂപകൻ, ഭാഷാചിന്തകൻ, സൈദ്ധാന്തികൻ, ദാർശനികൻ, സ്വാതന്ത്ര്യസമര സേനാനി തുടങ്ങിയ ഏതെല്ലാം നിലകളിൽ തിളങ്ങിനിന്നു ആ വ്യക്തിത്വം! താരതമ്യപ്പെടുത്താൻ മറ്റൊന്നില്ലാത്ത ജ്വലിക്കുന്ന വ്യക്തിത്വം.

ആദ്യ കൂടിക്കാഴ്ച

1935 ലാണ് ഞാൻ ഇ എം എസിനെ ആദ്യമായി കാണുന്നത്. സഖാവ്

കെ പി ഗോപാലന്റെ പഴയവീടിനു മുമ്പിലുള്ള വായനശാലയിൽ കോൺഗ്രസ് സോഷ്യലിസ്റ്റ് ഗ്രൂപ്പ് സംഘടിപ്പിക്കാൻ വന്നതായിരുന്നു ഇ എം എസ്. കെ പി ആർ, ഇ എൻ നായനാർ തുടങ്ങിയവരുമുണ്ടായിരുന്നു.

വിക്കോടുകൂടിയ ഇ എം എസിന്റെ പ്രസംഗം ആദ്യം പലരിലും ചിരി പടർത്തിയെങ്കിലും നിമിഷങ്ങൾക്കുള്ളിൽ, പറയുന്ന വിഷയത്തിന്റെ കാര്യഗൗരവം എല്ലാവരെയും ദത്തശ്രദ്ധരാക്കി.

കോഴിക്കോട്ടെ വിദ്യാർത്ഥി സമ്മേളനത്തിൽ വച്ചാണ് പിന്നീടു കാണുന്നത്. വിദ്യാർത്ഥികൾ ദേശീയ സ്വാതന്ത്ര്യ സമരത്തിൽ പങ്കെടുക്കേണ്ടതിന്റെ ആവശ്യകത വിശദീകരിക്കുന്നതായിരുന്നു അന്നത്തെ ഇ എം എസിന്റെ പ്രസംഗം.

1937 ൽ കോഴിക്കോട്ട് ഗുരുവായൂരപ്പൻ കോളേജിൽ നടന്ന മലബാർ വിദ്യാർത്ഥി സമ്മേളനം സൗമ്യേന്ദ്രനാഥ ടാഗോർ ഉദ്ഘാടനം ചെയ്ത ചടങ്ങിലും ഇ എം എസ് ഉണ്ടായിരുന്നു. പി കൃഷ്ണപിള്ളയും ഉണ്ടായിരുന്നു.

1921 ലെ മലബാർ കലാപത്തെക്കുറിച്ച് സൗമ്യേന്ദ്രനാഥ ടാഗോർ ഒരു പുസ്തകമെഴുതിയിരുന്നു. മലബാർ കലാപത്തെ വർഗ്ഗീയ ലഹളയായി ചിത്രീകരിക്കുന്ന സമീപനത്തിൽനിന്ന് വ്യത്യസ്തമായി കാർഷിക കലാപമായി വിലയിരുത്തുന്ന ഒന്നായിരുന്നു ആ കൃതി. പക്ഷേ, അതിൽ വ്യക്തമായ ഒരു രാഷ്ട്രീയ ധാരണ പ്രതിഫലിച്ചിരുന്നില്ല. 46 ൽ ഇ എം എസ് എഴുതിയ 'ആഹ്വാനവും താക്കീതും' വായിച്ചപ്പോഴാണ് ശാസ്ത്രീയമായ ഒരു രാഷ്ട്രീയ ധാരണയുണ്ടാക്കാൻ കഴിഞ്ഞത്. 46 ൽ ആ ലേഖനം പ്രസിദ്ധീകരിച്ചതിന്റെ പേരിൽ *ദേശാഭിമാനി*ക്കെതിരെ സർക്കാർ നടപടിയുണ്ടായി.

മരിക്കാത്ത ഓർമ്മകൾ

1936 – 37 ലാണ് ഇ എം എസ്, കെ പി സി സി സെക്രട്ടറിയാവുന്നത്. അബ്ദുറഹിമാൻ സാഹിബായിരുന്നു പ്രസിഡന്റ്. അന്ന് മങ്കട പള്ളിപ്പുറത്ത് രാഷ്ട്രീയ ക്യാമ്പും തിക്കൊടിയിൽ വളണ്ടിയാർ ക്യാമ്പും നടന്നു. പള്ളിപ്പുറത്തു നടന്നിരുന്ന ക്യാമ്പിൽ ഞാൻ പങ്കെടുത്തിരുന്നു. ഇ എം എസിന്റെ ക്ലാസ് ശ്രദ്ധേയമായിരുന്നു. ഇക്കാലത്ത് ഞാൻ കല്യാശ്ശേരിയിൽ കോൺഗ്രസ് സോഷ്യലിസ്റ്റ് പാർട്ടിയുടെ സെക്രട്ടറിയായിരുന്നു. വിദ്യാർത്ഥി ജീവിതം വിട്ട് പൊതുരാഷ്ട്രീയ ജീവിതത്തിലേക്ക് കടക്കുന്നത് ആ ഘട്ടത്തിലാണ്. കെ എ കേരളീയനും കെ പി ആർ ഗോപാലനുമൊക്കെ പ്രവർത്തിക്കുന്ന കല്യാശ്ശേരി പ്രധാന രാഷ്ട്രീയ കേന്ദ്രമായിരുന്നു. ഇ എം എസ് പലപ്പോഴും കല്യാശ്ശേരി സന്ദർശിച്ച് ആവശ്യമായ മാർഗ്ഗനിർദ്ദേശങ്ങൾ നല്കുമായിരുന്നു.

1935 ൽ കോഴിക്കോട് വച്ച് കമ്യൂണിസ്റ്റ് പാർട്ടി രഹസ്യമായി സംഘ

ടിപ്പിക്കുകയുണ്ടായി. അതേത്തുടർന്ന് അന്നത്തെ അഖിലേന്ത്യാ നേതാവായ എസ് വി ഘാട്ടേയുടെ പര്യടന പരിപാടിയുമുണ്ടായിരുന്നു. ഇക്കാലത്ത് ഇ എം എസ്, പി കൃഷ്ണപിള്ളയ്ക്കും എ കെ ജിക്കുമൊപ്പം കല്യാശ്ശേരിയിലും കണ്ണൂരും വന്ന് സോഷ്യലിസത്തെക്കുറിച്ചും കമ്യൂണിസ്റ്റ് പാർട്ടിയുടെ സംഘടനാ തത്ത്വങ്ങളെക്കുറിച്ചുമൊക്കെ ക്ലാസെടുക്കുമായിരുന്നു. അങ്ങനെ എത്രയെത്ര ഓർമ്മകൾ!

ജനമനസ്സുകളുടെ നായകൻ

കമ്യൂണിസ്റ്റ് (മാർക്സിസ്റ്റ്) പാർട്ടിയിലെ പലവിധ നയവ്യതിയാനങ്ങൾക്കുമെതിരെ പോരാടി ഇന്ത്യയിലെ കരുത്തുറ്റ പ്രസ്ഥാനമാക്കുന്നതിൽ ഇ എം എസ് പ്രായോഗിക തലത്തിലും ബൗദ്ധികതലത്തിലും വഹിച്ച പങ്ക് നിസ്തുലമാണ്.

വർഗ്ഗീയ ശക്തികളുടെ ഭീഷണി പുതിയ വഴിത്തിരിവിലെത്തി നില്ക്കുന്ന ഈ ഘട്ടം ഞങ്ങളുടെ പ്രസ്ഥാനത്തെ സംബന്ധിച്ചിടത്തോളം ഇ എം എസിന്റെ സേവനം ഏറ്റവുമധികം ആവശ്യമുള്ള ഘട്ടമായിരുന്നു. ഈ സന്ദർഭത്തിലാണ് ആ വിയോഗം സംഭവിച്ചത് എന്നത് നഷ്ടത്തിന്റെ ആഘാതം കൂടുതൽ കനത്തതാക്കുന്നു.

ഇ എം എസ് ഇല്ലാത്ത കേരളം സങ്കല്പിക്കുമ്പോൾ തന്നെ മനസ്സിൽ ഒരുതരം ശൂന്യത നിറയുന്നു. ആ സങ്കല്പം നാം സഹിക്കേണ്ട യാഥാർത്ഥ്യമായി വന്നിരിക്കുകയാണിന്ന്. ഈ ശൂന്യതയെ മറികടക്കാൻ ഇ എം എസിന്റെ കർമ്മചൈതന്യത്തെക്കുറിച്ചുള്ള ഓർമ്മ തന്നെ നമുക്ക് കരുത്തു പകരും എന്നാണ് എന്റെ വിശ്വാസം.

ചുരുക്കത്തിൽ ഇത്രയും പറയാം: വേർതിരിക്കാനാവാത്ത വിധം കേരളത്തിന്റെ ചരിത്രത്തിൽ പതിഞ്ഞു നില്ക്കുന്ന വ്യക്തിത്വമുള്ള നേതാവായിരുന്നു ഇ എം എസ്. ജനമനസ്സുകളുടെ നായകനായിരുന്നു ഇ എം എസ്. വ്യക്തിജീവിതമാകെ പാർട്ടിക്കുവേണ്ടി സമർപ്പിച്ച നിസ്വാർത്ഥ ജനനേതാവായിരുന്നു ഇ എം എസ്. താരതമ്യമില്ലാത്ത ആ മഹദ് വ്യക്തിത്വത്തോട് കേരളം ഏറെ കടപ്പെട്ടിരിക്കുന്നു. വരും തലമുറകൾ കടപ്പെട്ടിരിക്കുന്നു. സമരോജ്വലമായ ആ ഐതിഹാസിക സ്മരണയ്ക്കു മുമ്പിൽ എന്റെ പ്രണാമം.

ഇ എം എസിന് ആദരാഞ്ജലി അർപ്പിച്ചുകൊണ്ട് നിയമസഭയിൽ ചെയ്ത പ്രസംഗം - മാർച്ച് 23, 1998.

സമരമുഖങ്ങളിൽ പടയാളിയായ എ കെ ജി

എ കെ ജി എക്കാലവും നമുക്ക് സമരോത്സുകതയുടെയും സ്നേഹ വശ്യതയുടെയും വറ്റാത്ത ഉറവയാണ്. സദാ സമരസന്നദ്ധനായിരുന്ന സഖാവ് നമ്മെ വിട്ടുപോയിട്ട് 23 വർഷം പൂർത്തിയാകുന്നു. 1977 മാർച്ച് 21 രാത്രി 12.20 നാണ് ആയുസ്സും വപുസ്സും അവശ ജനലക്ഷങ്ങളുടെ ശ്രേയസ്സിനായി അർപ്പിച്ച ആ വിമോചനപ്പോരാളിയുടെ കണ്ണുകൾ നിശ്ച ലമായത്.

എ കെ ജി തന്റെ ആത്മകഥയിൽ കുറിച്ചുവച്ച ഒരു കൊച്ചു വാചകം ഞാനോർക്കുന്നു: "ഞാനൊരു പ്രാസംഗികനല്ല; ഒരു പടയാളി മാത്രം. ഒരു സമരമുണ്ടായാൽ ഞാനും എന്റെ സഖാക്കളും നിങ്ങളുടെ മുൻപി ലുണ്ടാകും."

ബ്രിട്ടീഷ് വിരുദ്ധ പോരാട്ടങ്ങളുടെ തിളച്ച മണ്ണിലൂടെയാണ് എ കെ ജി പൊതുരംഗത്തേക്ക് നഗ്നപാദനായി നടന്നു വന്നത്. യാതനാഭരിത മായ ആ യാത്രയ്ക്കിടയിൽ എണ്ണമറ്റ ജയിൽ ജീവിതം, ജയിലിനകത്തും പുറത്തുംവച്ച് ഏറ്റ കൊടുംമർദ്ദനങ്ങൾ, അടിച്ചമർത്തപ്പെട്ടവർക്ക് നീതിയും അഭയവും നേടിയെടുക്കാനായി നടത്തിയ അസംഖ്യം നിരാഹാരസമര ങ്ങൾ, ജയിൽചാടലും നീണ്ടകാല ഒളിവ് ജീവിതവും: ഇതെല്ലാം ആ ജീവി തത്തെ സ്ഫുടശുദ്ധമാക്കിയ സമരചരിത്രങ്ങളാണ്.

ഒരേ സമയം ത്യാഗിയും പോരാളിയുമായിരുന്ന എ കെ ജി, അടിയ ന്തരാവസ്ഥയുടെ നൃശംസതകൾക്കെതിരെ പോർമുഖത്ത് നിന്ന് കൊടു ങ്കാറ്റുകൾ സൃഷ്ടിച്ചാണ് കാലയവനികയ്ക്കുള്ളിൽ മറഞ്ഞത്. അതു കൊണ്ട് ഏതർത്ഥത്തിലും മേൽ ഉദ്ധരിച്ച ആത്മകഥാവാചകം ആ മഹദ് ജീവിതത്തിന് നാനാർത്ഥമുള്ള അടിക്കുറിപ്പായി ഇണങ്ങി നില്ക്കും.

ആദ്യത്തെ കണ്ടുമുട്ടൽ

ഈ മഹാനായ കമ്യൂണിസ്റ്റിനെ ഞാൻ എവിടെ വച്ചാണ് കണ്ടുമുട്ടിയത്? ഓർമ്മകൾ ഒത്തിരിയുണ്ട്. പ്രതിബന്ധങ്ങളിലും പ്രതിസന്ധികളിലും കരുത്താണ് എനിക്ക് ആ ഓർമ്മകളും സാമീപ്യവും. വേദനിക്കുമ്പോൾ സാന്ത്വനമായിരുന്നു. പ്രവർത്തനങ്ങളിൽ ഉണർവ്വും ഊർജ്ജവുമാണ് അവ എനിക്കിന്നും. എന്നെപ്പോലെ അനേകമായിരങ്ങൾക്ക് താങ്ങും തണലുമാണ് അത്തരം ഓർമ്മകൾ.

"ഉപ്പ് നാം കുറുക്കണം, ബ്രിട്ടനെ എതിർക്കണം."

സ്വാതന്ത്ര്യ സമരത്തിന്റെ പ്രഭാത നാളുകളിൽ സമരഭടന്മാർ നീട്ടിപ്പാടിപ്പോയിരുന്ന ഈരടികളാണിത്. ആവേശം വിതച്ച സമരഗാനം. ബ്രിട്ടനെ എതിർക്കാൻ ഉപ്പ് കുറുക്കാൻ പോയ ഒരു സമരജാഥയിൽ വച്ചാണ് എ കെ ജിയെ, വിദ്യാർത്ഥിയായിരുന്ന ഞാൻ ആദ്യമായി കാണുന്നത്. ഞാൻ അന്ന് കല്യാശ്ശേരി ഹയർ എലിമെന്ററി സ്കൂളിൽ പഠിക്കുകയായിരുന്നു.

ദേശീയ പ്രസ്ഥാനവുമായി തുടക്കം മുതല്ക്കേ എന്റെ നാടും നാട്ടുകാരും സ്നേഹിതരും ബന്ധുക്കളും ബന്ധപ്പെട്ടിരുന്നു. ഈ സാഹചര്യമാണ് എന്നെയും ദേശീയപ്രസ്ഥാനത്തിലേക്കും തുടർന്ന് ബഹുജന വിപ്ലവ പ്രസ്ഥാനത്തിലേക്കും ആകർഷിച്ചത്.

സത്യഗ്രഹ ജാഥയിൽ

കേളപ്പന്റെ നേതൃത്വത്തിൽ കോഴിക്കോട്ട് നിന്ന് പയ്യാവൂരിലേക്ക് പുറപ്പെട്ട സത്യഗ്രഹ ജാഥയിൽ സഖാവ് കൃഷ്ണപിള്ള, കേരളീയൻ, എ കെ ജി തുടങ്ങിയ നേതാക്കന്മാരെല്ലാം അണി നിരന്നു. സത്യഗ്രഹ ജാഥയ്ക്ക് കല്യാശ്ശേരിയിൽ കെ പി ആറിന്റെ നേതൃത്വത്തിൽ ഉച്ചഭക്ഷണവും സ്വീകരണവും ഏർപ്പാട് ചെയ്തിരുന്നു. ഇവ ഒരുക്കുന്നതിലും ഇതിന് സഹായങ്ങൾ ചെയ്യുന്നതിലും യുവാക്കളും വിദ്യാർത്ഥികളായ ഞങ്ങളും ഉത്സാഹത്തോടെ പങ്കെടുത്തിരുന്നു.

1930 – 32 കാലത്ത് നിയമലംഘന പ്രസ്ഥാനത്തെത്തുടർന്ന് കോൺഗ്രസ്, കർഷകപ്രസ്ഥാനം, യുവജനവിദ്യാർത്ഥി സംഘടനകൾ എന്നിവ ശക്തിപ്പെടുത്തുന്നതിൽ നായക സ്ഥാനത്തുനിന്ന് പ്രവർത്തിച്ചവരിൽ എ കെ ജിയും ഉണ്ടായിരുന്നു. ഇക്കാലത്ത് കല്യാശ്ശേരിയിലെ പതിവ് സന്ദർശകനായിരുന്നു എ കെ ജി.

1935 ലാണ് ഹരിജൻ സ്വാതന്ത്ര്യ സമരഭടനായ ഹർഷന്റെ സ്മരണാർത്ഥം കല്യാശ്ശേരിയിൽ ഒരു വായനശാല പ്രവർത്തനമാരംഭിച്ചത്. യുവജനങ്ങളുടെ വിജ്ഞാനാഭിവൃദ്ധി ലക്ഷ്യമാക്കി കൈയെഴുത്ത് മാസിക, പ്രസംഗ പരിശീലന ക്ലാസുകൾ, ലേഖനമെഴുത്തിൽ പരിശീലനം എന്നിവയെല്ലാം വായനശാലയുടെ ആഭിമുഖ്യത്തിൽ നടന്നു വന്നു.

പട്ടിണിജാഥയിൽ

1936 ൽ കണ്ണൂരിൽനിന്ന് മദിരാശിയിലേക്ക് നടന്ന പട്ടിണിജാഥയുടെ പ്രചാരണാർത്ഥം ചിറയ്ക്കൽ താലൂക്കിന്റെ പല ഭാഗങ്ങളിലും പര്യടനം നടത്തിയ എ കെ ജി കല്യാശ്ശേരിയിലും എത്തി. ശ്രീ ഹർഷൻ സ്മാരക വായനശാലയ്ക്ക് സമീപം ചേർന്ന യോഗത്തിൽ എ കെ ജി പ്രസംഗിച്ചു. ബ്രിട്ടീഷ് ഭരണം വിതച്ച അടിമത്തം, തൊഴിലില്ലായ്മ, പൊലീസ് അതിക്രമം എന്നിവയെ സ്വകീയ ശൈലിയിൽ, കടുത്ത ഭാഷയിൽ ആക്രമിക്കുന്നതായിരുന്നു പ്രസംഗം. സഹോദരൻ അയ്യപ്പന്റെ രണ്ട് വരി കവിത ഉദ്ധരിച്ചാണ് പ്രസംഗം അവസാനിപ്പിച്ചതെന്നാണ് ഓർമ്മ.

അവിടെ നിന്നിങ്ങോട്ട് പോരാട്ടങ്ങളിൽ, എത്രയെത്ര സമരമുഖങ്ങളിൽ, നിയമനിർമ്മാണ വേദികളിൽ, പൊതുരംഗത്ത് ഒക്കെ ഒപ്പം നില്ക്കാനും പ്രവർത്തിക്കാൻ പിമ്പേ നടക്കാനുമൊക്കെ എനിക്ക് അവസരമുണ്ടായി.

ഇന്ത്യയുടെ സാമൂഹിക – രാഷ്ട്രീയ ജീവിതത്തിൽ ചലനാത്മകവും പരിവർത്തനോന്മുഖവുമായ സാന്നിദ്ധ്യവും പ്രവർത്തനവുമായിരുന്നു എ കെ ജിയുടെ ജീവിതം. ഓർമ്മയിൽ നോവുന്നതാണെങ്കിലും ഒരു സംഭവം കൂടി അനുസ്മരിച്ച് ഈ ചെറുലേഖനം അവസാനിപ്പിക്കാം.

എനിക്കുവേണ്ടി, എന്റെ അമ്മയുടെ അരികിൽ

1958 ലാണ് എന്റെ അമ്മ മരിച്ചത്. ഒട്ടേറെ വിഷമതകൾ അനുഭവിച്ചാണ് നീണ്ടവർഷങ്ങളിൽ അവർ ജീവിച്ചത്. ക്യാൻസർ രോഗബാധിതയായ അമ്മയ്ക്ക് തുടർച്ചയായി നടത്തിയ ചികിത്സകളൊന്നും ഫലിച്ചില്ല. അമ്മയുടെ മരണ സമയത്ത് ഞാൻ വീട്ടിലുണ്ടായിരുന്നില്ല. പാർട്ടി കോഴിക്കോട് ജില്ലാ സെക്രട്ടറിയായിരുന്ന ഞാൻ, അമ്മയുടെ മരണവിവരം വളരെ വൈകിയാണ് അറിഞ്ഞത്.

അമ്മയുടെ ജഡമെങ്കിലും ഒരു നോക്ക് കാണണമെന്ന ആഗ്രഹത്താൽ വിവരം അറിഞ്ഞ് ഞാൻ വീട്ടിലേക്ക് തിരിച്ചു. എന്നെ പ്രതീക്ഷിച്ച് അച്ഛനും ജ്യേഷ്ഠനും അമ്മയുടെ ജഡം വളരെ നേരം വീട്ടിൽത്തതന്നെ വച്ചിരുന്നു. വരാൻ വൈകുമെന്ന് കരുതി ഒടുവിൽ ജഡം ശ്മശാനത്തിൽ കൊണ്ട് പോവുകയും സംസ്കരിക്കുകയും ചെയ്തു.

എ കെ ജി അന്ന് കണ്ണൂരിലുണ്ടായിരുന്നു. ഞാൻ സ്ഥലത്തില്ലെന്ന് അറിഞ്ഞ എ കെ ജി കണ്ണൂരിൽനിന്ന് നേരിട്ട് തന്നെ അമ്മയെ സംസ്കരിക്കുന്ന ശ്മശാനത്തിലെത്തി. എന്റെയും പാർട്ടിയുടെയും പ്രതിനിധിയായി ശവസംസ്കാരച്ചടങ്ങിൽ പങ്കെടുത്തു. ഇത് എ കെ ജി തന്നെ നേരിട്ടും അവിടുത്തെ സഖാക്കളും എന്നോട് പറഞ്ഞു.

തന്റെ സഖാക്കളുടെയും പ്രവർത്തകരുടെയും സുഖദുഃഖങ്ങൾ അറിയാനും അവയിൽ ഭാഗഭാക്കാകാനും എന്നും മനസ്സ് വച്ചിരുന്ന നേതാവായിരുന്നു എ കെ ജി.

പോരാട്ടങ്ങളുടെ ക്ലേശ പാതകളിൽ കൂടി സഞ്ചരിക്കുമ്പോഴും ആ പടയാളിയുടെ മനസ്സിലെ സ്നേഹത്തിന്റെ ആഴക്കിണർ എത്രയോ സന്ദർഭങ്ങളിൽ ഞങ്ങൾക്ക് തിരിച്ചറിയാനായിട്ടുണ്ട്. ഞങ്ങളെ സ്പർശിച്ച് ഉത്സാഹഭരിതരാക്കിയിട്ടുണ്ട്.

സമരതീക്ഷ്ണമായ യൗവനത്തോടെ അന്ത്യംവരെയും പോരാടിയ ആ പടയാളിയുടെ ജീവിതം നമുക്കെന്നും മാതൃകയാണ്; പ്രചോദനമാണ്.

എ കെ ജിയെ അനുസ്മരിച്ച് എഴുതിയ ലേഖനം.

ചെഗുവേര
വിപ്ലവത്തിന്റെ രക്തനക്ഷത്രം

ധീര രക്തസാക്ഷി ചെഗുവേരയുടെ മകളെ കേരളത്തിന്റെ മണ്ണിലേക്ക് ഞാൻ സ്വാഗതം ചെയ്യുന്നു. കേരളത്തിലെയും ഇന്ത്യയിലെയും വിപ്ലവപ്രസ്ഥാനങ്ങൾ അവയുടെ ആത്മചൈതന്യങ്ങളിലൊന്നായി കണക്കാക്കുന്ന ധീര രക്തസാക്ഷിത്വമാണ് ചെയുടേത്.

യാതനകളെയും പീഡനങ്ങളെയും അതിജീവിച്ച് സമത്വപൂർണ്ണമായ ഒരു കാലഘട്ടത്തിലേക്കു കടക്കാൻവേണ്ടി നടത്തുന്ന പോരാട്ടങ്ങൾക്ക് നിത്യപ്രചോദനമാണ് ആ രക്തസാക്ഷിത്വം.

മനുഷ്യപൂർണ്ണമായ ഒരു സാമൂഹ്യാവസ്ഥ സൃഷ്ടിക്കുവാൻ വേണ്ടി ശ്രമിക്കുന്നവർക്ക് മുമ്പിൽ വഴികാട്ടുന്ന രക്തനക്ഷത്രമായി ജ്വലിച്ചുനില്ക്കുന്ന ധീരസ്മരണയാണത്. ആ സ്മരണയെ അഭിവാദ്യം ചെയ്തുകൊണ്ട് ചെയുടെ മകളെ ഞാൻ ഈ നാട്ടിലേക്ക് സ്വാഗതം ചെയ്യുന്നു.

ക്യൂബൻ ജനതയുടെ വിപ്ലവ മുന്നേറ്റത്തിനു നായകത്വം വഹിച്ചവരിൽ പ്രമുഖനായിരുന്നു ചെഗുവേര. അമേരിക്കൻ സാമ്രാജ്യത്വവും ബൊളീവിയൻ പട്ടാളവും ഗൂഢാലോചന നടത്തി ചെയെ കൊലപ്പെടുത്തിയിട്ട് മൂന്നു പതിറ്റാണ്ടു തികയുന്നു.

രക്തസാക്ഷിത്വം വരിച്ച ചെയാകട്ടെ ജീവിച്ചിരുന്ന ചെയേക്കാൾ പലമടങ്ങു കരുത്തനായി, ക്യൂബൻ ജനതയുടെ ആത്മധീരതയായി മാറി. ആ ധീരതയാണ് അമേരിക്കയിൽനിന്നു 90 മൈലുകൾക്കു മാത്രമപ്പുറത്ത് അമേരിക്കയുടെ എല്ലാ ഭീഷണികളെയും ഉപരോധങ്ങളെയും അതിജീവിച്ചു നിലനില്ക്കാൻ ക്യൂബയ്ക്കു കരുത്ത് നല്കുന്ന ഘടകം.

വിമോചനത്തിന്റെ ചൈതന്യം

ചെ ഇന്ന് ക്യൂബയുടെ മാത്രം പ്രചോദനകേന്ദ്രമല്ല, ലോകത്തെവി

ടെയും നടക്കുന്ന വിമോചന പോരാട്ടങ്ങൾക്ക് വീറു പകരുന്ന ധീര ചൈതന്യമാണ്. അതുകൊണ്ടുതന്നെ മലയാളികൾക്ക് ആമുഖമില്ലാതെ മനസ്സിലാക്കാൻ കഴിയുന്ന സഖാവും സഹോദരനുമാണ് ചെ.

ചെയെ വധിക്കുന്നതോടെ ജനതയുടെ പോരാട്ടം തകർക്കാമെന്ന അമേരിക്കൻ സാമ്രാജ്യത്വത്തിന്റെയും ബൊളീവിയൻ പട്ടാളാധികാരികളുടെയും സ്വപ്നം തകർന്നു. ലാറ്റിനമേരിക്കൻ നാടുകളിലെമ്പാടും ചെയുടെ രക്തസാക്ഷിത്വം വിപ്ലവത്തിന്റെ ജ്വാലകളായി പടരുകയായിരുന്നു.

വൈദേശിക അധീശത്വം അവസാനിപ്പിച്ചു സ്വാതന്ത്ര്യം നേടുന്നതിലും ജന്മിത്വം അവസാനിപ്പിച്ചു കർഷകനു കൃഷിഭൂമി നല്കുന്നതിലും ക്യൂബൻ ജനതയ്ക്ക് മനുഷ്യത്വം അംഗീകരിക്കപ്പെടുംവിധം ജീവിക്കാൻ വേണ്ട സാമൂഹ്യാവസ്ഥ ഒരുക്കിയെടുക്കുന്നതിലും ചെ വഹിച്ച പങ്ക് ചരിത്രത്തിന്റെ കരുത്തുറ്റ ഈടുവെയ്പാണിന്ന്.

വിപ്ലവത്തിന്റെ തുടക്കം

അമേരിക്കൻ ചട്ടുകമായിരുന്ന ബാറ്റിസ്റ്റ 1952 മാർച്ച് 10 ന് ക്യൂബയുടെ ഭരണം പിടിച്ചു. ബാറ്റിസ്റ്റയുടെ നിഷ്ഠുരമായ ബൂട്ട്സിനു കീഴിൽ ക്യൂബൻ ജനതയുടെ ആശയാഭിലാഷങ്ങളാകെ ഞെരിഞ്ഞമരുകയായിരുന്നു. പട്ടിണിയും രോഗവും മൂലം ക്യൂബക്കാർ നരകയാതനയനുഭവിച്ചു. സഹിക്കാവുന്നതിന്റെ പരമാവധിയായപ്പോഴാണ് ഫിഡൽ കാസ്ട്രോയുടെ നേതൃത്വത്തിൽ ബാറ്റിസ്റ്റ ഗവൺമെന്റിനെതിരെ ബഹുജനമുന്നേറ്റമുണ്ടായത്. പീപ്പിൾസ് സോഷ്യലിസ്റ്റു പാർട്ടി എന്ന ക്യൂബൻ കമ്യൂണിസ്റ്റ് പാർട്ടിയുമായി ചേർന്നാണ് കാസ്ട്രോയും സംഘവും വിപ്ലവപദ്ധതികൾ ആവിഷ്കരിച്ചത്.

സാന്തിയാഗോ – ഡി – ക്യൂബയിലെ മോൺകാഡ സൈനികത്താവളം ആക്രമിച്ചു കീഴടക്കാനായിരുന്നു ആദ്യനീക്കം. 1953 ലെ ആ നീക്കം പരാജയപ്പെട്ടു. യുവപോരാളികൾ പിടിക്കപ്പെട്ടു. ‘ജൂലൈ 26 മൂവ്മെന്റ്’ എന്നറിയപ്പെടുന്ന ഈ സംഭവത്തിനുശേഷം വിദേശാധിപത്യത്തിനും ജന്മിത്വത്തിന്റെ കിരാതവാഴ്ചയ്ക്കുമെതിരായി ഒളിഞ്ഞും തെളിഞ്ഞും എത്രയേറെ സമരങ്ങൾ! 15 വർഷത്തെ തടവുശിക്ഷയ്ക്ക് വിധിക്കപ്പെട്ട ഫിഡൽ കാസ്ട്രോ കുറ്റവിചാരണ വേളയിൽ നടത്തിയ ചരിത്ര പ്രസിദ്ധമായ പ്രസംഗം ‘ചരിത്രം എന്നെ കുറ്റക്കാരനല്ലെന്നു വിധിക്കും’ എന്ന ശീർഷകത്തിൽ ലോകവ്യാപകമായി ശ്രദ്ധേയമായി.

വിപ്ലവവും ജനസമ്മർദ്ദവും

മോൺകാഡയ്ക്കുശേഷം ബാറ്റിസ്റ്റയും വിപ്ലവകാരികളും തമ്മിൽ കൂടുതൽ കരുത്തോടെ ഏറ്റുമുട്ടുകയായിരുന്നു. ഇടതുപക്ഷ വിദ്യാർത്ഥി പ്രസ്ഥാനമായ റവല്യൂഷനറി ഡയറക്ട്രേറ്റും ബാറ്റിസ്റ്റ ഭരണത്തിനെതിരെയുള്ള വിപ്ലവയുദ്ധ നിരയിൽ വന്നു. ജനസമ്മർദ്ദം മൂലം കാസ്ട്രോ

യുടെ ശിക്ഷ ഇളവു ചെയ്യേണ്ടി വന്നു. ഇതേത്തുടർന്നാണ് കാസ്ട്രോ യുവവിപ്ലവകാരികളുമായി മെക്സിക്കോയിൽ ചെന്നു സൈനിക പരിശീലനം ആരംഭിച്ചത്. പിന്നീട് ക്യൂബയിലെ ഒറിയന്റോ പ്രവിശ്യയിലെത്തിയ കാസ്ട്രോയും സംഘവും പട്ടാളവുമായി ഏറ്റുമുട്ടി. ഒരിക്കൽക്കൂടി വിപ്ലവകാരികൾ പരാജയപ്പെട്ടു.

പിന്നീട് പർവ്വത നിരകളിൽ ഒളിപ്പോരാട്ടങ്ങളുടെ കാലമായിരുന്നു. ആ ഒളിപ്പോരാട്ടങ്ങളിലാണ് ചെയുടെ ധീരോദാത്തമായ, നേതൃത്വപരമായ മുന്നേറ്റങ്ങൾ ചരിത്രത്തിലെ ജ്വലിക്കുന്ന അദ്ധ്യായങ്ങളായത്.

വിപ്ലവം വിജയിക്കുന്നു

1959 ജനുവരി ഒന്നിന് ഫിദെൽ കാസ്ട്രോയുടെ നേതൃത്വത്തിലുള്ള സംഘം സാന്തിയാഗോ - ഡി ക്യൂബയിലും ചെഗുവേരയുടെ നേതൃത്വത്തിലുള്ള സംഘം സാന്താക്ലാരയിലും ആക്രമണം നടത്തിയപ്പോഴാണ് ബാറ്റിസ്റ്റ ഗത്യന്തരമില്ലാതെ നട്ടംതിരിഞ്ഞത്. പിന്നീട് ഈ സംഘങ്ങൾ

വിജയം വരിച്ചു. ഹവാനയെ ലക്ഷ്യമാക്കി ബാറ്റിസ്റ്റ പലായനം ചെയ്യുകയും വിപ്ലവം വിജയമാവുകയും ചെയ്തു.

ക്യൂബയെ മോചനത്തിലേക്കു നയിക്കുന്നതിനും സമ്പത്തിന്മേലുള്ള വിദേശാധിപത്യം അവസാനിപ്പിക്കുന്നതിനുമുള്ള പോരാട്ടങ്ങൾക്ക് വീറു പകർന്നതിനും ക്യൂബൻ ജനതയെ പങ്കാളിയാക്കി സാമ്രാജ്യത്വവിരുദ്ധ പോരാട്ടം ബൊളീവിയൻ മണ്ണിൽ തുടർന്നതിനും ചെയ്ക്ക് കൊടുക്കേണ്ടിവന്ന വില സ്വന്തം ജീവനാണ്. സാമ്രാജ്യത്വത്തിനെതിരായ വീറുറ്റ പോരാട്ടത്തിലുണ്ടായ അനശ്വര രക്തസാക്ഷിത്വം. അതാണു ചെ.

ചെ ജീവൻ നല്കി മോചിപ്പിച്ചെടുത്ത ക്യൂബ അതിന്റെ പിറവിതൊട്ടേ സാമ്രാജ്യത്വത്തിന്റെ നിഷ്ഠുരമായ ഭീഷണികൾ നേരിടുകയാണ്. ഏതു വിധേനയും അതിനെ ഇല്ലായ്മ ചെയ്യാൻ വെറും 90 മൈലുകൾക്കപ്പുറത്ത് അമേരിക്ക കൊണ്ടുപിടിച്ച ശ്രമം നടത്തുകയാണ്. യു എൻ നിലപാടുകളെപ്പോലും അതിലംഘിച്ചുകൊണ്ട് ക്യൂബക്കെതിരെ ഭക്ഷ്യകാര്യത്തിൽ പോലും ഉപരോധമേർപ്പെടുത്തുന്നു.

കേരളം ക്യൂബയ്ക്കൊപ്പം

ഇത്തരം പ്രതികൂല സാഹചര്യങ്ങളെ അതിജീവിച്ചുകൊണ്ട് ക്യൂബ നിലനില്ക്കുകയാണ്. മനുഷ്യരാശിയുടെയാകെ ഐക്യദാർഢ്യം ക്യൂബയ്ക്കൊപ്പമുണ്ട്. ആ ഐക്യദാർഢ്യത്തിൽ ഇന്ത്യക്കാർ പൊതുവിലും കേരളീയർ പ്രത്യേകിച്ചും പങ്കുചേർന്നവരാണെന്ന് ചെയുടെ മകളെ അറിയിക്കാൻ എനിക്ക് സന്തോഷമുണ്ട്.

അമേരിക്ക ക്യൂബയ്ക്ക് ഭക്ഷ്യധാന്യവും ഔഷധങ്ങളും വിലക്കിയപ്പോൾ കേരളത്തിന്റെ ഗ്രാമ ഗ്രാമാന്തരങ്ങളിൽ നിന്നുപോലും ക്യൂബയ്ക്കു വേണ്ടി ഭക്ഷ്യധാന്യവും ഔഷധങ്ങളും ഒഴുകിയെത്തി. ക്യൂബൻ ജനതയോട് കേരള ജനത പുലർത്തുന്ന സാഹോദര്യത്തിന്റെ ദൃഷ്ടാന്തമാണിത്. സാമ്രാജ്യത്വത്തിനെതിരായ ഇവിടുത്തെയും ക്യൂബയിലെയും ജനങ്ങളുടെ ഐക്യദാർഢ്യത്തിന്റെ നിദർശനമാണത്.

സ്വാതന്ത്ര്യവും സോഷ്യലിസ്റ്റ് നിർമ്മാണപ്രക്രിയയും ശക്തിപ്പെടുത്തുവാൻ വേണ്ടി ക്യൂബൻ ജനത നടത്തുന്ന പ്രതിരോധ ശ്രമങ്ങൾക്ക് കേരള ജനതയുടെ ആത്മാർത്ഥമായ പിന്തുണയുണ്ടാവുമെന്നറിയിക്കാൻ എനിക്കു സന്തോഷമുണ്ട്.

തലമുറകൾക്കുവേണ്ടിയുള്ള രക്തസാക്ഷിത്വം

സ്വന്തം ജീവനേക്കാൾ മനുഷ്യ സമൂഹത്തിന്റെ നന്മയെ വിലമതിച്ച പോരാളിയാണ് ചെ. ആ സഖാവ് ജീവിച്ചതും കൊലചെയ്യപ്പെട്ടതും തന്റെയോ കുടുംബത്തിന്റെയോ സ്വകാര്യ താല്പര്യങ്ങൾക്കു വേണ്ടിയായിരുന്നില്ല. ഒരു ജനതയുടെയാകെ സ്വാതന്ത്ര്യത്തിനു വേണ്ടിയുള്ളതായിരുന്നു ആ രക്തസാക്ഷിത്വം. തന്റെ കാലത്തിനും വരുംകാലത്തിനും

വേണ്ടിയുള്ള ജീവത്യാഗമായിരുന്നു അത്. തന്റെ തലമുറയ്ക്കും വരും തലമുറകൾക്കും വേണ്ടിയുള്ള ജീവത്യാഗം! അതുകൊണ്ടുതന്നെ സ്വാതന്ത്ര്യത്തെയും പൂർണ്ണ അർത്ഥത്തിലുള്ള വിമോചനത്തെയും സ്വപ്നം കാണുന്ന മനുഷ്യരാകെ ചെയുടെ രക്തസാക്ഷിത്വത്തോട് കടപ്പെട്ടിരിക്കുന്നു. ആ കടപ്പാടു തന്നെയാണ് ചെയുടെ മകളെ സ്നേഹിക്കാനും സ്വീകരിക്കാനും നമ്മെ പ്രേരിപ്പിക്കുന്ന ഘടകങ്ങളിലൊന്ന്.

ബൊളീവിയൻ കാടുകളിൽ പൊരുതിവീണു മരിച്ച ചെ ലോകമനഃസാക്ഷിയുടെ പ്രതീകമായി ഇന്നു മാറിയിരിക്കുന്നു. വിമോചനപ്പോരാട്ടങ്ങൾക്ക് നിത്യപ്രചോദനമായി ആ സ്മരണ ജ്വലിച്ചു നില്ക്കുന്നു.

ശരിയെന്നു ബോദ്ധ്യം വന്ന കാഴ്ചപ്പാടിന്റെ അടിസ്ഥാനത്തിൽ രക്തസാക്ഷിത്വം വരിച്ച ചെ ബൊളീവിയയുടെ മാത്രമല്ല ലോക ജനതയുടെയാകെ സഖാവാണ്.

ആ സഖാവിന്റെ സ്മരണയ്ക്ക് ആദരാഞ്ജലികളർപ്പിച്ചുകൊണ്ട് അലിഡ ഗുവേരയെ ഞാൻ കേരളത്തിലേക്ക് ഒരിക്കൽ കൂടി സ്വാഗതം ചെയ്യുന്നു.

ചെഗുവേരയുടെ മകളെ കേരളത്തിലേക്ക് സ്വാഗതം ചെയ്തുകൊണ്ടുള്ള ചടങ്ങിൽ ചെയ്ത പ്രസംഗം.

തൊഴിലാളിവർഗ്ഗ പ്രസ്ഥാനത്തിന്റെ ശക്തിസ്രോതസ്സായ ബി ടി ആർ

ബി ടി ആർ ഭവന്റെ ഉദ്ഘാടനം അദ്ദേഹത്തിന്റെ ചരമദിനത്തിലാണ് ഇന്ന് നിർവ്വഹിക്കപ്പെടുന്നത്. കെ എസ് ആർ ടി സി എംപ്ലോയീസ് അസോസിയേഷന്റെ കേന്ദ്ര ഓഫീസിനോടനുബന്ധിച്ച് നിർമ്മിച്ച ഈ കെട്ടിടം ഉദ്ഘാടനം ചെയ്യുന്നതിൽ എനിക്ക് അതിയായ സന്തോഷമുണ്ട്. അതേസമയം ദുഃഖവുമുണ്ട്.

ഈ കെട്ടിടത്തിന്റെ ഉദ്ഘാടനം നിർവ്വഹിക്കാമെന്ന് ഏറ്റിരുന്നത് സ. ഇ എം എസ് ആയിരുന്നു. അദ്ദേഹത്തിന്റെ വിയോഗം നമ്മെ എല്ലാവരെയും തീരാ ദുഃഖത്തിലാഴ്ത്തിയിരിക്കുന്നു. തൊഴിലാളിവർഗ്ഗ പ്രസ്ഥാനത്തിന് സ. ഇ എം എസിന്റെയും സ. ബി ടി ആറിന്റെയും വേർപാടുകൾ സൃഷ്ടിച്ച നഷ്ടം നികത്താൻ കഴിയാത്തതാണ്. ഈ രണ്ടുപേരും തൊഴിലാളിവർഗ്ഗ പ്രസ്ഥാനത്തിന്റെ ദത്തുപുത്രന്മാരായി മാറുകയും തൊഴിലാളിവർഗ്ഗ പ്രസ്ഥാനത്തെയും ഈ സമൂഹത്തെയും രാജ്യത്തെയും മരണംവരെ സേവിക്കുകയും ചെയ്തു. അവർക്ക് സ്വന്തമായതെല്ലാം അവർ ഈ രാജ്യത്തിനും പ്രസ്ഥാനത്തിനുമായി സമർപ്പിച്ചു.

ഒരു ബൂർഷ്വാ രാഷ്ട്രീയക്കാരൻ തനിക്കും തന്റെ ബന്ധുക്കൾക്കും കുടുംബത്തിനുംവേണ്ടി രാഷ്ട്രീയ പ്രവർത്തനം നടത്തുമ്പോൾ ഇ എം എസിനെയും ബി ടി ആറിനെയും പോലെയുള്ള കമ്യൂണിസ്റ്റ് രാഷ്ട്രീയ പ്രവർത്തകർ, അദ്ധ്വാനിക്കുകയും കഷ്ടപ്പെടുകയും ചെയ്യുന്ന ജനങ്ങൾക്കുവേണ്ടി സ്വന്തം ജീവിതം ഉഴിഞ്ഞു വയ്ക്കുന്നു. അതുകൊണ്ടാണ് വിപ്ലവകാരികളായ ഈ കമ്യൂണിസ്റ്റു മാതൃകകൾ എല്ലാവർക്കും എക്കാലത്തും സമാരാദ്ധ്യരായി മാറുന്നതും അവരുടെ വേർപാടുകൾ ജനഹൃദയങ്ങളിൽ ഉണങ്ങാത്ത മുറിവുകൾ സൃഷ്ടിക്കുന്നതും.

ബി ടി ആറിന്റെ പ്രവർത്തനമണ്ഡലം

തൊഴിലാളിവർഗ്ഗമെന്നത് വിപ്ലവകാരിയായ ഒരു വർഗ്ഗമാണ്. തൊഴിലാളിവർഗ്ഗമാണ് ഈ രാജ്യത്തെ മുന്നോട്ട് നയിക്കാൻ ബാദ്ധ്യതപ്പെട്ട വർഗ്ഗമെന്നും ജനാധിപത്യവിപ്ലവം പൂർത്തീകരിക്കാനും സോഷ്യലിസ്റ്റ് വിപ്ലവം നയിക്കാനും ഈ വർഗ്ഗത്തിനേ കഴിയൂ എന്നും സ. ബി ടി ആർ പഠിപ്പിച്ചു. 1928 ൽ ബോംബെ യൂണിവേഴ്സിറ്റിയിൽനിന്നും സ്വർണ്ണമെഡലോടുകൂടി എം എ ബിരുദം നേടി പുറത്തിറങ്ങിയ സ. ബി ടി രണദിവെ, എസ് എ ഡാങ്കെ, ഡോ. അധികാരി എന്നിവരോടൊപ്പം ട്രേഡ് യൂണിയൻ രംഗത്തു പ്രവർത്തനമാരംഭിച്ചു. ആ സമയത്ത് തൊഴിലാളിപ്രസ്ഥാനത്തിലെ ഒരു സീനിയർ നേതാവായിരുന്നു എസ് വി ദേശ്പാണ്ഡെ, ആത്മാർത്ഥതയുടെ നിറകുടമായിരുന്ന ദേശ്പാണ്ഡെയുടെ സമരോത്സുകമായ പ്രവർത്തനങ്ങൾ, സ. ബി ടി ആറിനെ നന്നായി ആകർഷിച്ചിരുന്നു. ബോംബെ ഗിർണി കംഗാർ യൂണിയനിലൂടെ ഇവർ പ്രവർത്തനമാരംഭിച്ചതോടുകൂടി ബ്രിട്ടീഷ് ഭരണാധികാരികൾക്ക് ഈ നേതാക്കൾ ഒരു തലവേദനയാവുകയും കള്ളക്കേസുകൾ ചമച്ച് അവരെ ബ്രിട്ടീഷ് ഭരണാധികാരികൾ ജയിലിലടയ്ക്കുകയും ചെയ്തു. ഈ യൂണിയനെ തകർക്കുന്നതിനായി ഹിന്ദു – മുസ്ലിം കലാപം സൃഷ്ടിക്കാനും ബ്രിട്ടീഷ് ഭരണാധികാരികൾ അക്കാലത്ത് പരിശ്രമിച്ചിരുന്നു.

സ. ബി ടി ആറിന്റെ ജീവിതം എന്തുകൊണ്ടും സംഭവ ബഹുലമായിരുന്നു. അത് ഏറ്റുമുട്ടലിന്റെയും സമരങ്ങളുടെയും ചരിത്രമാണ്. തൊഴിലാളിവർഗ്ഗത്തെ ആശയപരമായി ആയുധമണിയിക്കുന്നതിൽ സ. ബി ടി ആർ വഹിച്ച പങ്കാണ് ഇന്ത്യൻ തൊഴിലാളിവർഗ്ഗത്തിന് എക്കാലത്തും അവരുടെ മുന്നേറ്റങ്ങൾക്ക് സഹായകരമായി വർത്തിച്ചതും.

എ ഐ ടി യു സി എന്ന ഇന്ത്യയിലെ ആദ്യത്തെ ട്രേഡ് യൂണിയൻ സംഘടനയെ ഒരു വിപ്ലവ തൊഴിലാളി സംഘടനയായി പരിവർത്തനപ്പെടുത്തുന്നതിൽ സ. ബി ടി ആർ വഹിച്ച പങ്ക് എന്നുമെന്നും ഓർമ്മിക്കപ്പെടും. എന്നാൽ എ ഐ ടി യു സി ഒടുവിൽ വലതുപക്ഷ വ്യതിയാനത്തിന് കീഴ്പ്പെട്ട് ട്രേഡ് യൂണിയൻ ജനാധിപത്യത്തെ പോലും ഇല്ലായ്മ ചെയ്യാനും തൊഴിലാളിവർഗ്ഗ താല്പര്യങ്ങളെ നിഹനിച്ച് ഭരണവർഗ്ഗത്തിന്റെ അനുബന്ധമായി മാറാനും തുടങ്ങിയപ്പോൾ ആദ്യം സംഘടനയ്ക്കകത്തും പിന്നീട് സംഘടനയിൽനിന്ന് പുറത്തുവന്ന് പുതിയ സംഘടന രൂപീകരിച്ചും പോരാട്ടം നടത്താൻ സ. ബി ടി ആർ നേതൃത്വം നല്കി.

1970 മെയ് 28 മുതൽ 30 വരെ കല്ക്കത്തയിൽ ചേർന്ന സമ്മേളനത്തിൽ വെച്ച് പൊരുതുന്ന തൊഴിലാളികളുടെ ട്രേഡ് യൂണിയൻ കേന്ദ്രമായ സി ഐ ടി യുവിന് രൂപം കൊടുത്തതും സ. ബി ടി ആറിന്റെ നേതൃത്വത്തിലായിരുന്നു.

സി ഐ ടി യുവിന്റെ രൂപീകരണം

ട്രേഡു യൂണിയനുകളെ പരിഷ്കരണവാദികളായ നേതാക്കൾ സാമ്പ

ത്തിക സമരങ്ങളുടെ പരിധിയിൽ ഒതുക്കി നിർത്തുവാനാണ് എക്കാലത്തും പരിശ്രമിക്കാറുള്ളത്. ഊർജ്ജസ്വലമായ തൊഴിലാളിവർഗ്ഗ സമരങ്ങൾക്കു വേണ്ടിയോ ഭരണവർഗ്ഗങ്ങൾക്കെതിരായ രാഷ്ട്രീയ സമരങ്ങൾക്കു വേണ്ടിയോ തൊഴിലാളിവർഗ്ഗത്തെ ഒരു കൂട്ടായ്മയാക്കാൻ അവർക്കൊരിക്കലും സാദ്ധ്യമല്ല. അതുകൊണ്ടുതന്നെ അത്തരം യൂണിയനുകൾ ബൂർഷ്വാസികളുടെ അനുബന്ധമായി മാറുകയും ചെയ്യുന്നു.

സി ഐ ടി യു രൂപീകരണ സമ്മേളനത്തിൽവച്ച് സ. ബി ടി ആർ നടത്തിയ ഉപസംഹാര പ്രസംഗത്തിൽ ഇങ്ങനെ പറഞ്ഞു:

> അധികാരം പിടിച്ചെടുക്കാൻ വേണ്ടി തൊഴിലാളിവർഗ്ഗം ബോധപൂർവ്വം പോരാടുന്നില്ലെങ്കിൽ സോഷ്യലിസവും ചൂഷണത്തിൽ നിന്നുള്ള മോചനവും കേവലം വാചകമടികളായി മാറും. ഈ ലക്ഷ്യത്തിന്റെ ആദ്യപടി ബൂർഷ്വാ ഗവൺമെന്റിനെ മാറ്റി തല്സ്ഥാനത്ത് ജനകീയ സർക്കാരിനെ സ്ഥാപിക്കലാണ്. അതിനുവേണ്ടി കർഷകരുമായുള്ള ഐക്യത്തിന്റെ അടിസ്ഥാനത്തിൽ ജനാധിപത്യ സമരങ്ങൾ അഴിച്ചുവിടാനും അവയിൽ പങ്കാളികളാകാനും കാർഷിക വിപ്ലവത്തിനു വേണ്ടിയുള്ള സമരങ്ങൾക്ക് പിന്തുണ നല്കാനും ഈ ലക്ഷ്യത്തിനുവേണ്ടി എല്ലാ ജനാധിപത്യകക്ഷികളുടെയും ഒരു ഐക്യമുന്നണി കെട്ടിപ്പടുക്കാനും തൊഴിലാളിവർഗ്ഗവും അവരുടെ ട്രേഡ് യൂണിയനുകളും മുഴുവൻ ശക്തിയും വിനിയോഗിക്കണം.

കോൺഫെഡറേഷൻ രൂപീകരണം

തൊഴിലാളിവർഗ്ഗം കേവലമായ സാമ്പത്തിക സമരവാദത്തിൽ മാത്രം ഒതുങ്ങി നില്ക്കരുതെന്ന് പറഞ്ഞ ബി ടി ആർ, വർഗ്ഗീയതയ്ക്കും ഭീകരവാദത്തിനും എതിരെ ശക്തിയായി പ്രതികരിക്കേണ്ടതെങ്ങനെയെന്നും അവരെ പഠിപ്പിച്ചു. തൊഴിലാളിവർഗ്ഗമാണ് തൊഴിലില്ലാത്തവരുടെ പ്രശ്നങ്ങൾ പരിഹരിക്കാനുള്ള സമരത്തിന് നേതൃത്വം കൊടുക്കേണ്ടതെന്നും തൊഴിൽരഹിതരായ ചെറുപ്പക്കാർ തൊഴിൽ ലഭിക്കാത്ത തൊഴിലാളിവർഗ്ഗമാണെന്നും അദ്ദേഹം ചൂണ്ടിക്കാട്ടി.

പിന്നോക്ക വിഭാഗങ്ങൾ, ന്യൂനപക്ഷങ്ങൾ, ഹരിജന – ഗിരിജന വിഭാഗങ്ങൾ എന്നിവരുടെ പ്രശ്നങ്ങൾ പഠിക്കാനും പരിഹരിക്കാനും തൊഴിലാളിവർഗ്ഗം മുൻപന്തിയിലാകണമെന്ന് മാത്രമല്ല, തൊഴിലെടുക്കുന്ന സ്ത്രീകളുടെ പ്രശ്നങ്ങൾക്ക് ട്രേഡ് യൂണിയനുകൾ അവരുടെ അജണ്ടയിൽ കൂടുതൽ പ്രാധാന്യം നല്കണമെന്നും നിർദ്ദേശിച്ചു. ട്രേഡ് യൂണിയനുകളെ ഓരോ രാഷ്ട്രീയ പാർട്ടികളും പോഷക സംഘടനകളാക്കി മാറ്റുന്നത് ആ വർഗ്ഗത്തിന്റെ ശക്തിയെ ശോഷിപ്പിക്കുന്നുവെന്നു കണ്ട സ. ബി ടി ആർ, ട്രേഡ് യൂണിയനുകൾ ആ വർഗ്ഗത്തിന്റെയാകെ സംഘടനയായി മാറണമെന്നു പറഞ്ഞു.

അതിന്റെ ഭാഗമായി രാജ്യത്തെ എല്ലാ ട്രേഡ് യൂണിയനുകളുടെയും ജീവനക്കാരുടെ സംഘടനകളുടെയും വിശാലമായ കോൺഫെഡറേഷൻ രൂപീകരിക്കാൻ സി ഐ ടി യു മുൻകൈയെടുക്കണമെന്ന് നിർദ്ദേശിച്ചു. ആ ദിശയിലുള്ള പ്രവർത്തനങ്ങൾ ഇപ്പോൾ പുരോഗമിച്ചു വരുന്നതിൽ സന്തോഷമുണ്ട്.

പുതിയ വെല്ലുവിളികൾ

പൊതുമേഖലാ സ്ഥാപനങ്ങളടക്കമുള്ള വ്യവസായ സ്ഥാപനങ്ങൾ വമ്പിച്ച ഭീഷണിയെ നേരിടുകയാണ്. പുതിയ സാമ്പത്തിക നയങ്ങളു ടെയും ഉദാരവല്ക്കരണ നയങ്ങളുടെയും ഭാഗമായി അവയുടെ ഭാവിതന്നെ

അനിശ്ചിതത്വത്തിലാണ്. ഈ വേളയിലാണ് സ. ബി ടി ആറിന്റെ ആഹ്വാനത്തിന്റെ പ്രസക്തി വർദ്ധിക്കുന്നതും.

തങ്ങൾ പണിയെടുക്കുന്ന സ്ഥാപനത്തെക്കുറിച്ച് പഠിക്കാനും അവ നിലനിർത്താനാവശ്യമായ പോരാട്ടങ്ങൾക്ക് നേതൃത്വം നല്കാനും ട്രേഡ് യൂണിയനുകൾ തയ്യാറായില്ലെങ്കിൽ പുതിയ വെല്ലുവിളികളെ നേരിടാൻ കഴിയില്ലെന്ന് അദ്ദേഹം തൊഴിലാളികളെ ഓർമ്മിപ്പിച്ചു.

തൊഴിലാളികളാണ് സ്ഥാപനത്തെ നശിപ്പിക്കുന്നതെന്ന് ലേഖനപരമ്പരകൾ എഴുതി വിടുന്ന ചില പത്രമാധ്യമങ്ങളുടെ ലേഖകന്മാർ ഇക്കാര്യം കാണാതെ പോകുന്നതും നിർഭാഗ്യകരമാണ്. തൊഴിലാളികളുടെ സഹകരണത്തോടുകൂടി അവരുടെ മുൻകൈയോടുകൂടി ഈ സ്ഥാപനങ്ങളെ കേരളത്തിലെ ഏറ്റവും മെച്ചപ്പെട്ട സ്ഥാപനമാക്കി മാറ്റാൻ കഴിയുമെന്നുള്ള പ്രതീക്ഷ സർക്കാരിനുണ്ട്.

തൊഴിലാളികളുടെ പാഠശാല

ബി ടി ആർ ഭവൻ കേവലമൊരു ആഡിറ്റോറിയം മാത്രമാകരുത്. ബി ടി ആറും ഇ എം എസും ഉൾപ്പെടെയുള്ള നേതാക്കളുടെ സംഭാവനകളും ട്രേഡ് യൂണിയനുകൾ അഭിമുഖീകരിക്കുന്ന വിഷയങ്ങളും പഠിക്കാനും പഠിപ്പിക്കാനും ഉതകുന്ന വലിയൊരു ട്രേഡ് യൂണിയൻ പാഠശാലയായി ഇതിനെ മാറ്റണം.

വ്യവസായങ്ങളെക്കുറിച്ചും രാജ്യത്തെ സാമ്പത്തിക രാഷ്ട്രീയ പ്രശ്നങ്ങളെക്കുറിച്ചും ട്രേഡ് യൂണിയൻ പ്രവർത്തകർക്ക് പാഠങ്ങൾ പഠിക്കാനും പഠിപ്പിക്കാനും ഈ സ്ഥാപനം ഉപകരിക്കണം. ഇത് എല്ലാ ട്രേഡ് യൂണിയൻ പ്രവർത്തകർക്കും പഠിക്കാൻ വരാവുന്ന ഒരു പഠന കേന്ദ്രമാവണം.

ട്രാൻസ്പോർട്ട് തൊഴിലാളികളുടെ സംഭാവനയെ മാത്രം ആശ്രയിച്ചുകൊണ്ടാണ് ഈ കെട്ടിടം നിർമ്മിച്ചിട്ടുള്ളത് എന്നറിയുന്നതിൽ സന്തോഷമുണ്ട്. ബി ടി ആർ ഭവൻ നിർമ്മാണം വിജയിപ്പിക്കാൻ സഹായിച്ച എല്ലാവരെയും ഞാൻ അഭിനന്ദിക്കുന്നു.

ബി ടി ആറിന്റെ സ്വപ്നങ്ങൾ സാക്ഷാൽക്കരിക്കാനുതകുന്ന ഒരു സ്ഥാപനമായി ഇത് മാറട്ടെ എന്ന് ആശംസിച്ചുകൊണ്ട് ഈ കെട്ടിടത്തിന്റെ ഉദ്ഘാടനം ഞാൻ നിർവ്വഹിക്കുന്നു.

ബി ടി ആർ ഭവന്റെ ഉദ്ഘാടനച്ചടങ്ങിലെ പ്രസംഗം.

വക്കം ഖാദർ: ധീരതയുടെ പ്രതീകം

സ്വാതന്ത്ര്യലബ്ധിയുടെ സുവർണ്ണ ജൂബിലി ആഘോഷിക്കുന്ന ഈ ഘട്ടത്തിൽ സ്വാതന്ത്ര്യത്തിന്റേതായ മഹനീയ മൂല്യങ്ങൾ അപകട പ്പെടുത്താതിരിക്കാൻ നാം ജാഗ്രതാപൂർവ്വം ശ്രദ്ധിക്കേണ്ടതുണ്ട്. അത്തര മൊരു ജാഗ്രത നമ്മുടെ മനസ്സിൽ നിലനിർത്താൻ വക്കം ഖാദറെപ്പോ ലുള്ള നിസ്വാർത്ഥരായ സ്വാതന്ത്ര്യ സമരസേനാനികളുടെ രക്തസാക്ഷിത്വ സ്മരണ നമുക്ക് പ്രചോദനം നല്കും.

"മരിച്ചവർ വന്നു നയിപ്പൂ ലോകരെ, ചരിത്രമിക്കഥ പറയുന്നു"

എന്ന് മഹാകവി വൈലോപ്പിള്ളി ശ്രീധരമേനോൻ എഴുതിയിട്ടുണ്ട്. വക്കം ഖാദറെപ്പോലുള്ള രക്തസാക്ഷികളുടെ കാര്യത്തിലാണിതു കൂടു തൽ സത്യമാവുന്നത്. അദ്ദേഹം പ്രതിനിധാനം ചെയ്ത ആശയങ്ങളെയും മൂല്യങ്ങളെയും അതു മുൻനിർത്തിയുള്ള ദേശാഭിമാനപൂർണ്ണമായ അദ്ദേ ഹത്തിന്റെ പ്രവർത്തനങ്ങളെയും അസ്സഹനീയമായിക്കണ്ട സാമ്രാജ്യത്വ ശക്തികൾ അദ്ദേഹത്തെ തൂക്കിലേറ്റി. അതോടെ അദ്ദേഹം പ്രതിനിധാനം ചെയ്ത സ്വാതന്ത്ര്യവാഞ്ഛയും ദേശാഭിമാനവും അസ്തമിച്ചുകൊള്ളു മെന്ന് അവർ കരുതി. പക്ഷേ, രക്തസാക്ഷിത്വത്തിലൂടെ വക്കം ഖാദർ കൂടുതൽ ശക്തിയും ആവേശവുമായി ജനങ്ങളുടെ മനസ്സിൽ അലിഞ്ഞു ചേരുകയായിരുന്നു.

അമരത്വമാർജ്ജിച്ച രക്തസാക്ഷിത്വം

സ്വാതന്ത്ര്യത്തിന്റെയും ദേശാഭിമാനത്തിന്റെയും മങ്ങാത്ത ജ്വാല യായി വക്കം ഖാദറുടെ രക്തസാക്ഷിത്വ സ്മരണ ഇന്നും നമ്മുടെ മുമ്പിൽ തെളിഞ്ഞു നില്ക്കുന്നു. അതുകൊണ്ടാണ് മരിച്ചവർ വന്നു നയിക്കുന്നു

എന്നു മഹാകവി എഴുതിയത് ഇവിടെ സത്യമാവുന്നു എന്നു ഞാൻ പറഞ്ഞത്.

തന്റെ ജന്മനാടിന്റെ മോചനത്തിനുവേണ്ടിയുള്ള അവിശ്രമ പരിശ്രമങ്ങൾക്കിടയിൽ രക്തസാക്ഷിത്വം വരിച്ച വക്കം ഖാദറെ അനുസ്മരിക്കാൻ അമ്പത്തിനാലു വർഷങ്ങൾക്കുശേഷവും ഇവിടെ ജനങ്ങൾ, പുതിയ തലമുറകൾ ഒത്തുചേരുന്നു എന്നതിന്റെ അർത്ഥം വക്കം ഖാദർ സ്വാതന്ത്ര്യസ്നേഹികളുടെ മനസ്സിൽ അമരത്വമാർജ്ജിച്ചിരിക്കുന്നു എന്നാണ്.

ഭഗത്സിങ്ങിനെപ്പോലെ ഇന്ത്യയിലാകെ അറിയപ്പെടേണ്ട ധീര രക്തസാക്ഷിയാണ് വക്കം ഖാദർ. നിർഭാഗ്യവശാൽ കേരളത്തിന്റെ എല്ലാ ഭാഗങ്ങളിലും ആ ധീര രക്തസാക്ഷിത്വം വേണ്ടത്ര അറിയപ്പെടുന്നില്ല. ഇതിന്റെ ഉത്തരവാദിത്വം നാമൊക്കെത്തന്നെ ഏറ്റേ പറ്റൂ. പുതിയ തലമുറയ്ക്ക് ആ രക്തസാക്ഷിത്വത്തിന്റെ പ്രസക്തിയെയും പ്രാധാന്യത്തെയുംകുറിച്ചു മനസ്സിലാക്കിക്കൊടുക്കേണ്ടതുണ്ട്.

രാജ്യത്തിനുവേണ്ടി ജീവൻ സമർപ്പിച്ച ഖാദറെപ്പോലുള്ളവരുടെ ത്യാഗത്തിന്റെ ഫലമാണ്, നാം ഇന്നനുഭവിക്കുന്ന സ്വാതന്ത്ര്യമെന്ന സത്യം പുതിയ തലമുറ അറിയാതിരുന്നുകൂടാ. അത്തരം ചരിത്രസത്യങ്ങൾ മനസ്സിലുറപ്പിക്കുന്ന പുതിയ തലമുറ, ആ ഒരു കാരണം കൊണ്ടുതന്നെ രാജ്യസ്നേഹികളും ദേശാഭിമാനികളുമായി വളരും എന്നതുറപ്പാണ്. ഈ വിധത്തിലുള്ള ഒരു പ്രാധാന്യമിതിനുണ്ട് എന്നതുകൊണ്ടുതന്നെ, വക്കം ഖാദറുടെ ജീവചരിത്രം സ്കൂളുകളിൽ തന്നെ പ്രാധാന്യപൂർവ്വം പഠിക്കേണ്ടതാണ്. കേരളത്തിന്റെ ഒരു ഘട്ടത്തിലെ ചരിത്രം തന്നെയാണ് വക്കം ഖാദറുടെ ജീവചരിത്രം.

പാഠ്യപദ്ധതിയിലൂടെ ചരിത്രാവബോധം

വിദേശികൾക്കെതിരെ ധീരമായി പോരാടി മരിച്ചവരുടെ തിളക്കമുള്ള നിര തന്നെയുണ്ട് കേരളത്തിൽ. കേരളത്തിന്റെ വടക്കുഭാഗത്തു പഴശ്ശി രാജാവും തെക്കുഭാഗത്തു വേലുത്തമ്പി ദളവയുമുണ്ട്. അതു മുതലിങ്ങോട്ട് നിരവധി ധീര രക്തസാക്ഷികളുണ്ട്. നിർഭാഗ്യവശാൽ അക്കാദമിക് രീതിയിൽ ചരിത്രരചന നടത്തിയ പലരും ഈ രക്തസാക്ഷിത്വങ്ങൾക്ക് അർഹമായ പരിഗണന ചരിത്രരേഖകളിൽ നല്കിയിട്ടില്ല. അതുകൊണ്ടുതന്നെ നമ്മുടെ സ്വാതന്ത്ര്യസമര ചരിത്രത്തിൽ ഊന്നൽ ലഭിക്കേണ്ട പല സംഭവങ്ങളും അപ്രകാരമുള്ള സജീവ പരിഗണന കിട്ടാതെപോയി.

സ്വാതന്ത്ര്യസമര പ്രസ്ഥാനത്തിനു വക്കം ഖാദറെപ്പോലുള്ളവർ സംഭാവന നല്കി എന്നു പഠിപ്പിക്കുന്നതിനുപകരം വക്കം ഖാദറെപ്പോലുള്ളവർ സ്വന്തം ജീവൻ കൊടുത്ത് സ്വാതന്ത്ര്യം നേടിത്തന്നു എന്നു പഠിപ്പിക്കുകയാണ് വേണ്ടത്. അതാണ് ചരിത്ര സത്യം.

കയ്യൂർ സമര സേനാനികളെപ്പോലെ കുനിയാത്ത ശിരസ്സുമായി അഭിമാനത്തോടെയാണ് വക്കം ഖാദറും ജീവത്യാഗം ചെയ്തത്.

“പ്രിയപ്പെട്ട വാപ്പാ, ഞാൻ എന്നെന്നേക്കുമായി നിങ്ങളെ വിട്ടുപിരിയുന്നു;

നാളെ രാവിലെ 6 മണിക്കു മുമ്പായിരിക്കും എന്റെ മരണം; ധൈര്യപ്പെടുക”

എന്നാണ് അവസാനത്തെ കത്തിൽ വക്കം ഖാദർ എഴുതിയത്. കഴുമരത്തിലേക്കു നടക്കുമ്പോഴും അച്ഛന്റെയും സമൂഹത്തിന്റെ ആകെയും മനസ്സിനു ധൈര്യം പകർന്നുകൊടുക്കുക, രാജ്യത്തിനുവേണ്ടി എന്ന അഭി

മാനത്തോടെ, പുഞ്ചിരിയോടെ, കൊലക്കയറു സ്വീകരിക്കുക ഇതൊക്കെ കയ്യൂർ രക്തസാക്ഷികളും വക്കം ഖാദറും തമ്മിലുള്ള സാദൃശ്യങ്ങളാണ്.

മതനിരപേക്ഷതയുടെ മഹത്വം

മതസൗഹാർദ്ദത്തെ നെഞ്ചോടു ചേർത്തുപിടിച്ച വലിയ മനുഷ്യനായിരുന്നു വക്കം ഖാദർ. വധശിക്ഷയ്ക്കു വിധിക്കപ്പെട്ട ഒരു ഹിന്ദുവും മുസൽമാനായ താനും ഒരുമിച്ചാവണം തൂക്കിലേറ്റപ്പെടേണ്ടത് എന്ന അദ്ദേഹത്തിന്റെ അന്ത്യാഭിലാഷത്തിൽപ്പോലുമിതാണ് തെളിഞ്ഞു കാണുന്നത്. ഇന്ത്യയുടെ സ്വാതന്ത്ര്യത്തിനുവേണ്ടി ഒരു ഹിന്ദുവും മുസൽമാനും സാഹോദര്യത്തോടെ ഒരുമിച്ചു തൂക്കിലേറുക! അത് മതനിരപേക്ഷതയെ സംബന്ധിച്ചിടത്തോളം പ്രത്യേക അർത്ഥവും മഹത്വവുമുള്ള കാര്യമാണ് എന്ന് വക്കം ഖാദർ കരുതി.

വക്കം ഖാദർ, മരണ മുഹൂർത്തത്തിലും നെഞ്ചോടു ചേർത്തുപിടിച്ച മതനിരപേക്ഷതയുടെ മൂല്യങ്ങൾ അതിഗുരുതരമായ ഭീഷണി നേരിടുന്ന ഒരു ഘട്ടമാണിത്. ജാതിയുടെയും മതത്തിന്റെയും പേരിൽ മനുഷ്യരെ തമ്മിലകറ്റാൻ ഛിദ്രശക്തികൾ തീവ്രമായി ശ്രമിക്കുന്ന ഘട്ടമാണിത്. വർഗ്ഗീയതയുടെയും വിഭാഗീയതയുടെയും ശക്തികൾ ജനങ്ങളുടെ ഒരുമയെ തകർക്കാൻ ശ്രമിക്കുന്ന ഘട്ടം. ഈ ഘട്ടത്തിൽ ഹിന്ദു മുസ്ലീം മതമൈത്രിക്കായി അവസാനത്തെ ശ്വാസം വരെയും ആഗ്രഹിച്ച വക്കം ഖാദറിന്റെ ഓർമ്മകൾക്ക് സവിശേഷമായ പ്രസക്തിയാണുള്ളത്.

യുവത്വത്തിന്റെ പ്രചോദനകേന്ദ്രം

ഇരുപത്തിയേഴാമത്തെ വയസ്സിലാണ് ഖാദർ ഈ രാജ്യത്തിനും അതിന്റെ സ്വാതന്ത്ര്യത്തിനും വേണ്ടി ജീവൻ ബലിയർപ്പിച്ചത്. ചെറുപ്പത്തിന്റെ ഉച്ചാവസ്ഥയിൽ രാഷ്ട്രത്തിനുവേണ്ടി സ്വയം സമർപ്പിച്ച ആ ധീര സ്വാതന്ത്ര്യ സമരസേനാനി നാടിനും ജനതയ്ക്കും വേണ്ടി പ്രവർത്തിക്കുന്ന എല്ലാക്കാലത്തെ യുവത്വത്തിനും വറ്റാത്ത പ്രചോദനത്തിന്റെ ശക്തികേന്ദ്രമായിരിക്കും.

ഇന്ത്യ സ്വതന്ത്രമാകണമെന്നതായിരുന്നു അദ്ദേഹത്തിന്റെ ഏറ്റവും വലിയ ആഗ്രഹം. ഇന്ത്യൻ സ്വാതന്ത്ര്യത്തിന് അമ്പത് വയസ്സ് തികയുന്ന ഈ ഘട്ടത്തിൽ നമ്മുടെ രാജ്യത്തിന്റെ സാമ്പത്തിക പരമാധികാരം പല രൂപത്തിലുള്ള അതിഗുരുതരമായ ഭീഷണികൾ നേരിടുകയാണ്. നമ്മുടെ പഞ്ചവത്സര പദ്ധതിയിലെ ഊന്നൽ എവിടെയാവണമെന്നും ബജറ്റിലെ മുൻഗണനാ ക്രമങ്ങൾ എങ്ങനെയായിരിക്കണമെന്നുമൊക്കെ ഐ എം എഫും ലോകബാങ്കും മറ്റും കല്പിക്കുന്ന സ്ഥിതി വിശേഷം കഴിഞ്ഞ കുറേക്കാലമായി നമ്മുടെ സാമ്പത്തിക നയങ്ങളിലെ വൈകല്യംമൂലം സംജാതമായിട്ടുണ്ട്.

ഇത് വിപല്ക്കരമായ അവസ്ഥയിലേക്ക് നീങ്ങാതെ നോക്കുന്നതിനും പുത്തൻ സാമ്രാജ്യത്വ നീക്കങ്ങളെ ചെറുത്ത് നമ്മുടെ സാമ്പത്തിക സ്വാത

ന്ത്ര്യത്തെയും രാഷ്ട്രീയ സ്വാതന്ത്ര്യത്തെയും സംരക്ഷിക്കുന്നതിനും വക്കം ഖാദറെപ്പോലുള്ള സ്വാതന്ത്ര്യ സമര രക്തസാക്ഷികളുടെ വീരസ്മരണ നമുക്ക് കരുത്തുനല്കും.

സ്വന്തം ജീവനേക്കാൾ ഈ രാജ്യത്തെയും ഇവിടത്തെ ജനതയെയും സ്നേഹിച്ചവരാണ് നമുക്ക് സ്വാതന്ത്ര്യം നേടിത്തന്നത്. സ്വാതന്ത്ര്യലബ്ധിക്കുശേഷമുള്ള ഘട്ടത്തിൽ ഇന്ത്യയിൽ അധികാരം കൈയാളിയവർ ത്യാഗധനരായ ആ രക്തസാക്ഷികളുടെ സ്മരണയോട് കൂറു പുലർത്തിയിരുന്നോ എന്നു പരിശോധിക്കാനും കൂടിയുള്ള സന്ദർഭമായി നാം ഇതുപോലുള്ള ഘട്ടങ്ങൾ ഉപയോഗിക്കേണ്ടതുണ്ട്.

അനശ്വര രക്തസാക്ഷി വക്കം ഖാദറിന്റെ സ്മരണയ്ക്ക് ഞാൻ ആദരാഞ്ജലി അർപ്പിക്കുന്നു. ഒപ്പം ഇക്കൊല്ലത്തെ വക്കം ഖാദർ അവാർഡിനർഹനായ സത്യേന്ദ്രചന്ദ്ര ബർദാന്റെ സ്മരണയ്ക്കും ഞാൻ ആദരാഞ്ജലികൾ അർപ്പിക്കുന്നു. 1943 സെപ്തംബർ 10 ന് വക്കം ഖാദറോടൊപ്പം തൂക്കിലേറ്റപ്പെട്ട സ്വാതന്ത്ര്യ സമരസേനാനിയാണ് സത്യേന്ദ്രചന്ദ്ര ബർദാൻ.

വക്കം ഖാദറിന്റെ അമ്പത്തിനാലാം രക്തസാക്ഷിത്വ ദിനത്തോടനുബന്ധിച്ചുള്ള സമ്മേളനത്തിലെ പ്രസംഗം.

വി കെ കൃഷ്ണമേനോൻ എന്ന പ്രതിഭാസം

വി കെ കൃഷ്ണമേനോൻ സ്മാരക വനിതാകോളേജ് നമ്മുടെ ഗവൺമെന്റ് നേരിട്ടു നടത്തുന്ന രണ്ടാമത്തെ വനിതാകോളേജാണ്. ആദ്യത്തേത് തിരുവനന്തപുരത്ത് സ്ഥിതി ചെയ്യുന്ന വനിതാകോളേജാണ്.

ശ്രീ കൃഷ്ണമേനോന്റെ ഓർമ്മ നിലനിർത്തുവാൻ ഒരു കോളേജ് സ്ഥാപിച്ചത് തികച്ചും ശ്ലാഘനീയമായ നടപടിയാണ്. കാരണം കൃഷ്ണമേനോൻ നമ്മുടെ നാടിന്റെ ചരിത്രത്തിലെ അവിസ്മരണീയനായ ഒരു മഹാനാണ്.

നമ്മുടെ സ്വാതന്ത്ര്യ പ്രസ്ഥാനത്തിന്റെ കാലഘട്ടത്തിൽ സാർവ്വദേശീയരംഗത്ത് ഇന്ത്യൻ സ്വാതന്ത്ര്യത്തിന്റെ ശബ്ദം അന്തസ്സുറ്റ മട്ടിൽ പ്രതിദ്ധ്വനിച്ച അതുല്യ പ്രതിഭാശാലിയായ കൃഷ്ണമേനോനെ ഇന്ത്യൻ ജനതയ്ക്ക് ഒരു കാലത്തും മറക്കാൻ കഴിയില്ല. സ്വാതന്ത്ര്യലബ്ധിക്കുശേഷം, ഐക്യരാഷ്ട്രസഭയിലും മറ്റു സാർവ്വദേശീയ സമിതികളിലും സ്വതന്ത്ര ഇന്ത്യയുടെ പുതിയ വ്യക്തിത്വം മനുഷ്യ മനസ്സുകളിൽനിന്നും മായാത്തവിധം അനശ്വരമാക്കിത്തീർത്ത അസാധാരണപ്രതിഭയുടെ ഉടമയാണ് വി കെ മേനോൻ.

മദ്രാസ് പ്രസിഡൻസി കോളേജിൽ വിദ്യാർത്ഥിയായിരുന്ന കാലത്ത് ആ കോളേജിന്റെ ഗോപുരത്തിൽ ഇന്ത്യൻ സ്വാതന്ത്ര്യത്തിന്റെ പതാക പാറിച്ച കൃഷ്ണമേനോൻ തന്റെ ജീവിതം മുഴുവൻ ലോകത്തെങ്ങുമുള്ള ജനകോടികൾക്കിടയിൽ ഇന്ത്യയുടെ കാഴ്ചപ്പാടും സന്ദേശവും എത്തിക്കുവാൻ വേണ്ടി കഠിനാദ്ധ്വാനം ചെയ്തു.

ഫാസിസത്തിനെതിരെ

യൂറോപ്പിൽ ഫാസിസം തലപൊക്കിയപ്പോൾ അതിനെതിരായ ശക്തികളെ അണിനിരത്തിക്കൊണ്ട് ജനാധിപത്യത്തിനും സ്വാതന്ത്ര്യത്തിനും വേണ്ടിയുള്ള കുരിശുയുദ്ധം അഴിച്ചുവിടുന്നതിൽ അദ്ദേഹം മുൻനിരയിൽ നിന്നു പൊരുതുകയുണ്ടായി. ഈ സമരങ്ങളുടെ സദ്പാരമ്പര്യങ്ങൾ ഉൾക്കൊണ്ടു കൊണ്ടാണ് ചേരിചേരാനയത്തിന്റെയും ലോകസമാധാനത്തിന്റെയും

അതിപ്രഗത്ഭനായ സൈദ്ധാന്തികനും വാഗ്മിയുമായി അദ്ദേഹം ഉയർന്നത്.

കൃഷ്ണമേനോൻ എന്ന ഈ പ്രതിഭാസം അമേരിക്കൻ സാമ്രാജ്യശക്തികൾക്കും അതുപോലെയുള്ള പിന്തിരിപ്പന്മാർക്കും എന്നും പേടിസ്വപ്നമായിരുന്നു. ചേരിചേരാനയവും ലോകസമാധാനവുമായി ബന്ധപ്പെടുത്തിക്കൊണ്ട് അദ്ദേഹം ഏഷ്യനാഫ്രിക്കൻ രാജ്യങ്ങളുടെ സ്വാതന്ത്ര്യത്തിനുവേണ്ടിയും അക്ഷീണം പൊരുതുകയുണ്ടായി. അതോടൊപ്പം നെഹ്റു മന്ത്രിസഭയിലെ ഒരംഗമെന്ന നിലയിൽ അതിന്റെ സാമൂഹ്യക്ഷേമ പ്രവർത്തനങ്ങൾക്കു കൂടുതൽ സമൂർത്തമായ ഉള്ളടക്കം നല്കുന്നതിൽ അദ്ദേഹം വമ്പിച്ച സംഭാവനകൾ ചെയ്യുകയുണ്ടായി.

പുരോഗമനശക്തിയുടെ വക്താവ്

ഇന്ത്യൻ രാഷ്ട്രീയത്തിൽ കൃഷ്ണമേനോൻ എന്ന പ്രതിഭാസം ഇവിടത്തെ പിന്തിരിപ്പൻ രാഷ്ട്രീയശക്തികൾക്ക് സഹിക്കാനാവാത്ത ഒന്നായിരുന്നു. കോൺഗ്രസിനുള്ളിലും വെളിയിലും ഇക്കൂട്ടർക്കുണ്ടായിരുന്ന അസാമാന്യമായ സ്വാധീനം കൃഷ്ണമേനോനെതിരെ തിരിച്ചുവിടുന്നതിൽ അവർ എപ്പോഴും ജാഗരൂകരായിരുന്നു. സാമ്രാജ്യത്വലോകത്തെ ദുഷ്ടശക്തികളും ഇക്കാര്യത്തിൽ അവരുടേതായ പങ്കുവഹിക്കുകയുണ്ടായി. അവരുടെ ആഹ്ലാദം ഏറ്റവും പ്രകടമായിക്കണ്ടത് കൃഷ്ണമേനോൻ, നെഹ്റു മന്ത്രിസഭയിൽനിന്നും രാജിവച്ചിറങ്ങിയപ്പോഴാണ്.

ഏതായാലും പ്രതിലോമശക്തികളാൽ വേട്ടയാടപ്പെട്ട വി കെ കൃഷ്ണമേനോനെ വീണ്ടും പാർലമെന്റിലേക്കയക്കുന്നതിൽ കമ്യൂണിസ്റ്റ് (മാർക്സിസ്റ്റ്) പാർട്ടി അതിന്റെ പങ്കുവഹിച്ചുവെന്നുള്ള കാര്യത്തിൽ ഞാൻ അഭിമാനം കൊള്ളുന്നു.

ഇന്ത്യയിലെ പുരോഗമനശക്തികൾക്കെന്നപോലെ ലോകത്തെങ്ങുമുള്ള പുരോഗമനശക്തികൾക്ക് ആവേശം നല്കുന്ന കൃഷ്ണമേനോനെ ആദരിക്കുന്നതിൽ കേരളീയരായ നമുക്ക് പ്രത്യേകമായി ഒരു ബാദ്ധ്യതയുണ്ട്. അതിന്റെ ഭാഗമായിട്ടാണ് അദ്ദേഹത്തിന്റെ വീട് ഒരു ശാശ്വത സ്മാരകമായി നിലനിർത്താനുള്ള നടപടി ഗവൺമെന്റ് സ്വീകരിച്ചത്.

ജനപങ്കാളിത്തം അനിവാര്യം

നാമിവിടെ ആരംഭിച്ചിരിക്കുന്ന കോളേജ് കൃഷ്ണമേനോന്റെ മഹത്വത്തിനു യോജിച്ച ഒരു സ്ഥാപനമായിത്തീരണമെന്നുള്ളത് ഈ രാജ്യത്തിന്റെ ഏകകണ്ഠമായ അഭിപ്രായമാണ്. ഈ അടിസ്ഥാനത്തിലാണ് ഈ കോളേജിന്റെ വികസനത്തിനുവേണ്ടി ഇവിടെ ഒരു സമിതി രൂപീകരിക്കപ്പെട്ടിരിക്കുന്നത്.

കോളേജിനാവശ്യമായ പുതിയ കെട്ടിടങ്ങൾ പണിയുവാനും മറ്റുമായി വലിയൊരു സംഖ്യ ആവശ്യമാണ്. ഇത്തരം കോളേജ് സംരംഭത്തിൽ ഈ നാട്ടിലെ മുഴുവൻ ജനങ്ങളും പങ്കാളികളാകണം. നമ്മുടെ രാജ്യത്തെ വികസന പ്രവർത്തനങ്ങളെല്ലാംതന്നെ ജനങ്ങളുടെ പങ്കാളിത്തത്തോടുകൂടി നടപ്പിലാക്കണം എന്ന അഭിപ്രായമാണ് ഇടതുപക്ഷ ജനാധിപത്യമുന്നണിക്കുള്ളത്. അങ്ങനെ ജനങ്ങൾ സജീവമായി പങ്കെടുക്കുന്നതുവഴി നമ്മുടെ രാജ്യത്ത് ജനാധിപത്യബോധം കൂടുതൽ കൂടുതൽ ശക്തിപ്പെടുമെന്ന വിശ്വാസക്കാരനാണ് ഞാൻ. ജനങ്ങളുടെ പങ്കാളിത്തം ഈ സമിതിയെ അതിന്റെ പ്രവർത്തനങ്ങളിൽ ജനങ്ങളോടുള്ള കടപ്പാട് എപ്പോഴും ഓർമ്മിക്കുന്നതിന് ബാദ്ധ്യസ്ഥരാക്കിത്തീർക്കും. നിങ്ങളുടെയെല്ലാം നിർല്ലോഭമായ സഹകരണത്തോടുകൂടി നമ്മുടെ ആദരണീയനായ മഹാപുരുഷന്റെ സ്മരണ നിലനിർത്താൻ അനുയോജ്യമായ തരത്തിൽ ഈ വനിതാകോളേജ് മന്ദിരം ഉയർന്നുവരട്ടെ.

വി കെ കൃഷ്ണമേനോൻ സ്മാരക വനിതാകോളേജിൽ ചെയ്ത പ്രസംഗം – ഫെബ്രുവരി 10, 1981.

സാമൂഹിക വിപ്ലവകാരിയായ സഹോദരൻ അയ്യപ്പൻ

ഇന്നത്തെ സാമൂഹികാവസ്ഥയിൽ ഏറെ പ്രസക്തമായി വരികയാണ് ശ്രീനാരായണ ചിന്തകളും സഹോദരൻ അയ്യപ്പൻ കൈക്കൊണ്ട നിലപാടുകളും മറ്റും.

ജാതിമത ചിന്തകളും അനാചാരങ്ങളും അന്ധവിശ്വാസങ്ങളും കൊണ്ട് അന്ധകാരഗ്രസ്തമായ ഒരു ഘട്ടത്തിൽ സമഭാവനയുടെയും മനുഷ്യ സ്നേഹത്തിന്റെയും പ്രകാശകിരണങ്ങൾ വിതറുക എന്ന ധർമ്മമാണ് ശ്രീനാരായണ ചിന്തകൾ നിർവ്വഹിച്ചത്. ആ സമഭാവനയുടെയും മാനവികതയുടെയും ചിന്തകളുടെ പ്രയോക്താക്കളിൽ പ്രമുഖനായിരുന്നു സഹോദരൻ അയ്യപ്പൻ. അതുകൊണ്ടുതന്നെ ശ്രീനാരായണ സ്മൃതികളും സഹോദരൻ അയ്യപ്പനെക്കുറിച്ചുള്ള ചിന്തകളും ഒരുപോലെ ഉണർന്നു വരുന്ന ചടങ്ങാണ് ശ്രീനാരായണസഭയുടെ ആഭിമുഖ്യത്തിൽ പണികഴിച്ച സഹോദരൻ അയ്യപ്പൻ സ്മാരക ഓഡിറ്റോറിയത്തിന്റെ ഉദ്ഘാടനം. അതുകൊണ്ട് ഈ ചടങ്ങിൽ പങ്കെടുക്കാൻ എനിക്ക് ഏറെ സന്തോഷമുണ്ട്.

ശ്രീനാരായണചിന്തകൾ നമ്മുടെ നാട്ടിൽ സാമൂഹിക പുരോഗതിയുടെ ചരിത്രത്തിൽ വഹിച്ച പങ്ക് എളുപ്പത്തിൽ അളന്നു കുറിക്കാവുന്ന ഒന്നല്ല. സാമൂഹിക പുരോഗതിയുടെ നടുനായകരായി മാറിയ ഇടതുപക്ഷ പ്രസ്ഥാനങ്ങൾക്ക് വളരെ വേഗത്തിൽ വേരോടാൻ പാകമായ മണ്ണ് ഇവിടെ ഉരുക്കിയെടുത്തതുപോലും ശ്രീനാരായണ ചിന്തകളാണ് എന്നു പറഞ്ഞാൽ അതിൽ അതിശയോക്തിയില്ല.

തൊട്ടുകൂടായ്മയുടെ കാലം

മനുഷ്യന് മനുഷ്യനെ തൊട്ടുകൂടാത്ത ഒരു കാലം ഇവിടെ നിലനി

ന്നിരുന്നു. ഒരു വിഭാഗം മനുഷ്യരെ മൃഗങ്ങളേക്കാൾ കഷ്ടമായി കണ്ടിരുന്ന ഘട്ടം. തൊട്ടുകൂടായ്മയും തീണ്ടിക്കൂടായ്മയും നിലനിന്ന ക്രൂരമായ ചരിത്രഘട്ടം. കേരളം ജാതീയതയുടെ അതിപ്രസരത്താൽ ഭ്രാന്താലയമായിരുന്ന ഘട്ടം. അത്തരമൊരു ഘട്ടത്തിലാണ് എല്ലാ മനുഷ്യരെയും സമഭാവനയോടെ കാണുക എന്ന സന്ദേശവുമായി ശ്രീനാരായണഗുരു സാമൂഹികപ്രസ്ഥാനത്തിലേക്കു കടന്നുവന്നത്.

ഒരു ജാതി, ഒരു മതം, ഒരു ദൈവം എന്ന അദ്ദേഹത്തിന്റെ തത്ത്വം അന്നത്തെ സാമൂഹികാവസ്ഥയിൽ ഒരു ബോംബു വീണുപൊട്ടുന്നതു പോലുള്ള ദൂരവ്യാപകഫലങ്ങളാണ് ഉളവാക്കിയത്. ആ ശ്രീനാരായണ ചിന്തകൾ, മനുഷ്യർ ഒന്നാണ് എന്ന മഹനീയമായ ബോധത്തിന്റെ വെളിച്ചം പടർത്തി. ആ ചിന്തകളാണ് കേരളത്തെ ഭ്രാന്താലയമെന്ന അവസ്ഥയിൽനിന്നും ബോധത്തെളിമയുടെ അവസ്ഥയിലേക്കെടുത്തുയർത്തിയെടുത്തത്.

“അവനവനാത്മസുഖത്തിനാചരിക്കു-
ന്നവയപരന്നു സുഖത്തിനായ് വരണം”

എന്ന മനുഷ്യസ്നേഹത്തിന്റെയും ഉയർന്ന മാനവികതാബോധത്തിന്റെയും വെളിച്ചം പരിഷ്കൃതമായ ഒരു സാമൂഹികാവസ്ഥയുടെ പിറവിക്കുള്ള വഴികാട്ടിയായി. അതേത്തുടർന്നുള്ള ഘട്ടം സാമൂഹിക അസമത്വങ്ങളെ വലിയൊരളവ് ദൂരീകരിച്ചു എന്നത് സത്യമാണ്.

ഇന്നത്തെ അവസ്ഥ

എന്നാലിന്ന് നമ്മുടെ സമൂഹത്തിന്റെ അവസ്ഥയെന്താണ്? ജാതീയതയും വർഗ്ഗീയതയും വംശീയതയും പലതരത്തിലുള്ള വിഭാഗീയതകളും മനുഷ്യ മനസ്സുകളുടെ ഐക്യത്തെ ഛിദ്രമാക്കുന്ന ഒരു ഘട്ടമല്ലേ ഇത് എന്ന് ആശങ്കപ്പെടേണ്ട സ്ഥിതിയുണ്ട്. ഓരോ ജാതിയും സ്വന്തം ജാതിയാണ് ഏറ്റവും കേമമെന്നും മറ്റെല്ലാത്തിനെയും തുടച്ചു നീക്കേണ്ടതാണെന്നും ധരിച്ചാൽ എന്താവും സ്ഥിതി? ഓരോ മതവും തങ്ങളുടേതാണ് ഏറ്റവും ഉത്കൃഷ്ടമായ മതമെന്നും മറ്റു മതങ്ങളൊന്നും ഇവിടെ പാടില്ല എന്നും ധരിച്ചാൽ മനുഷ്യർ ഇവിടെ അവശേഷിക്കുമോ?

വിപല്കരമായ ഇത്തരം വിഭാഗീയതകൾ ഈ സമൂഹത്തിൽ വളർന്നു വരികയാണിന്ന്. അതുകൊണ്ടുതന്നെ ഈ രാജ്യത്തിന്റെയും നമ്മുടെ ജനതയുടെയും ഐക്യത്തിന് മനുഷ്യസ്നേഹത്തിന്റേതായ ചിന്തകൾ കൂടുതൽ ആവശ്യമായി വരികയാണ്. ആ നിലയ്ക്കാണ് ശ്രീനാരായണ ചിന്തകൾ ഇന്നു പ്രസക്തമാവുന്നത്. എല്ലാ വിഭാഗീയതകൾക്കും വേർതിരിവുകൾക്കും അതീതമായി മനുഷ്യ മനസ്സുകളെ ഒരുമിപ്പിക്കാൻ ശ്രീനാരായണ ചിന്തകൾ സഹായകരമാവുമെന്നതിൽ സംശയമില്ല.

ശ്രീനാരായണ മെമ്മോറിയൽ സഭ, ചെറായിയിൽത്തന്നെ സഹോദരൻ അയ്യപ്പൻ സ്മാരക ഓഡിറ്റോറിയം പണിതീർത്തു എന്നത് പലതുകൊണ്ടും ഉചിതമായി. സഹോദരൻ അയ്യപ്പന്റെ ജന്മനാടാണ് ചെറായി.

ഇവിടെയുള്ള ജനങ്ങൾക്ക് ഒരുമിച്ചുകൂടാനും മറ്റും ഇവിടെനിന്നു വളർന്നുയർന്നുപോയ ഒരു മഹദ് വ്യക്തിയുടെ നാമധേയത്തിൽ ഇവിടെ ഒരു ഓഡിറ്റോറിയമുണ്ടാവുന്നു എന്നത് ഔചിത്യ പൂർണ്ണമായ കാര്യമാണ്.

സഹോദരസംഘ സ്ഥാപകൻ

സഹോദരൻ അയ്യപ്പന്റെ വ്യക്തിത്വ രൂപവല്ക്കരണത്തിൽ വലിയ പങ്കുവഹിച്ചത് ശ്രീനാരായണ ഗുരുവുമായുള്ള അടുപ്പമാണ്. നാട്ടിൽ വിദ്യാ പോഷിണി സഭ രൂപവല്ക്കരിച്ച് സാമൂഹികരംഗത്തേക്കു കടന്നുവന്ന സഹോദരൻ അയ്യപ്പനെ, 1968 ൽ മരിക്കുന്നതുവരെയുള്ള ഘട്ടത്തിലെ എല്ലാ പ്രവർത്തനങ്ങളിലും ഒരു വിധത്തിലല്ലെങ്കിൽ മറ്റൊരു വിധത്തിൽ ശ്രീനാരായണ ചിന്തകൾ സ്വാധീനിച്ചിട്ടുണ്ട്.

1917 ൽ സഹോദരസംഘം സ്ഥാപിക്കുകയും *സഹോദരൻ* എന്ന മാസിക ആരംഭിക്കുകയും ചെയ്ത അയ്യപ്പൻ വിട്ടുവീഴ്ചയില്ലാതെ അനാചാരങ്ങൾക്കും അന്ധവിശ്വാസങ്ങൾക്കുമെതിരെ പൊരുതി.

1917 ലെ ഒക്ടോബർ വിപ്ലവം സഹോദരൻ അയ്യപ്പനെയും സ്വാധീനിച്ചു. അദ്ദേഹം തൊഴിലാളി പ്രസ്ഥാനങ്ങളിൽ വ്യാപൃതനാവുകയും മാർക്സിന്റെയും ലെനിന്റെയും ആശയങ്ങൾ തന്റെ പ്രസിദ്ധീകരണങ്ങളിലൂടെ പ്രചരിപ്പിക്കുകയും ചെയ്തു. പക്ഷേ, അദ്ദേഹം കൂടുതൽ ഊന്നൽ നല്കിയത് സാമൂഹികമായ അനാചാരങ്ങളും അന്ധവിശ്വാസങ്ങളും തുടച്ചുനീക്കുക എന്നതിനായിരുന്നു.

കേരളത്തിൽ യുക്തിചിന്ത പ്രചരിപ്പിക്കുന്നതിൽ 1928 ൽ അദ്ദേഹം ആരംഭിച്ച *യുക്തിവാദി മാസിക* വഹിച്ച പങ്ക് ചെറുതല്ല. "ജാതിവേണ്ട, മതം വേണ്ട, ദൈവം വേണ്ട മനുഷ്യന്" എന്ന ശ്രീനാരായണചിന്തയിൽനിന്ന് ഒരടി കൂടി മുമ്പോട്ട് പോയി ഉദ്ഘോഷിക്കാനുള്ള ഉല്പതിഷ്ണുത്വം സഹോദരൻ അയ്യപ്പൻ പ്രകടിപ്പിച്ചു.

മിശ്രഭോജന പ്രസ്ഥാനം

1928 ൽ കൊച്ചി നിയമസഭയിലേക്ക് തിരഞ്ഞെടുക്കപ്പെട്ടപ്പോൾ ആ വേദിയും 1946 ൽ കൊച്ചിയിൽ ജനകീയമന്ത്രിസഭയിൽ അംഗമായപ്പോൾ ആ സ്ഥാനവും സഹോദരൻ അയ്യപ്പൻ പുരോഗമനാശയങ്ങളുടെ പ്രചാരണത്തിനായി ഉപയോഗിച്ചു. 1949 ൽ മന്ത്രിസ്ഥാനം രാജിവച്ചു സജീവ രാഷ്ട്രീയത്തിൽ നിന്നു മാറി നിന്നുവെങ്കിലും സാമൂഹികമായ ഉച്ചനീചത്വങ്ങൾക്കെതിരായ പോരാട്ടം അദ്ദേഹം കൂടുതൽ ശക്തിയായിത്തന്നെ മുമ്പോട്ട് കൊണ്ടുപോയി.

നമ്മുടെ സമൂഹത്തിന്റെ പുരോഗതി തടസ്സം നില്ക്കുന്ന നെടുംകോട്ടയാണ് ജാതിപ്രസ്ഥാനമെന്നു മനസ്സിലാക്കിയ അദ്ദേഹം ഈഴവ യുവാക്കളെയും പുലയ യുവാക്കളെയും ഉൾപ്പെടുത്തി മിശ്രഭോജന പ്രസ്ഥാനം ഉദ്ഘാടനം ചെയ്തു. ചെറായിയിലെ ചില ഈഴവ പ്രമാണിമാർ അന്ന് അയ്യപ്പനെ 'പുലയനയ്യപ്പൻ' എന്നു വിളിച്ചാക്ഷേപിച്ചു.

എന്നാൽ "വലിയ കാര്യമാണ് അയ്യപ്പൻ ചെയ്യുന്നത്. ക്രിസ്തുവിനെപ്പോലെ ക്ഷമിക്കണം" എന്നു പറയാൻ ഒരാളുണ്ടായിരുന്നു – ശ്രീനാരായണഗുരുവായിരുന്നു അത്.

സാഹിത്യരംഗത്ത്

സാമൂഹികരംഗത്തു മാത്രമല്ല, സാഹിത്യരംഗത്തും വിപ്ലവകരമായ സാന്നിദ്ധ്യമായി സഹോദരൻ അയ്യപ്പൻ മാറി. അതുകൊണ്ടാണ് പുരോഗമന സാഹിത്യ പ്രസ്ഥാനത്തിന്റെ ഉപജ്ഞാതാവായി സഹോദരൻ അയ്യപ്പനെ പരിഗണിക്കുന്നതിൽ തെറ്റില്ല എന്ന് പ്രശസ്ത നിരൂപകനായ കേസരി ബാലകൃഷ്ണപിള്ള പറഞ്ഞത്.

അദ്ദേഹത്തിന്റെ കവിതകൾ പോലും ജാതീയതയ്ക്കെതിരായ മൂർച്ചയുള്ള ആയുധങ്ങളായി.

"ജന്മത്താലല്ല ചണ്ഡാളൻ
ജന്മത്താലല്ല ബ്രാഹ്മണൻ
കർമ്മത്താൽ തന്നെ ചണ്ഡാളൻ
കർമ്മത്താൽ തന്നെ ബ്രാഹ്മണൻ"

എന്ന അയ്യപ്പന്റെ കവിതകൾ അദ്ദേഹത്തിന്റെ സാമൂഹികദർശനം എന്തായിരുന്നു എന്നതിനു തെളിവു തരുന്നു.

സാമൂഹിക നവോത്ഥാനത്തിനുവേണ്ടി പൊരുതിയ ദീപ്ത വ്യക്തിത്വമായിരുന്നു സഹോദരൻ അയ്യപ്പന്റേത്. അദ്ദേഹത്തിന്റെ സ്മരണ മുൻനിർത്തി ഈ വിധത്തിൽ ഓഡിറ്റോറിയം നിർമ്മിക്കാൻ പ്രത്യേക താല്പര്യത്തോടെ പ്രവർത്തിച്ച എല്ലാവരെയും ഞാൻ അഭിനന്ദിക്കുന്നു. ഓഡിറ്റോറിയ നിർമ്മാണത്തിൽ മാത്രം ഒതുങ്ങി നില്ക്കാതെ സഹോദരൻ അയ്യപ്പൻ ഉയർത്തിപ്പിടിച്ച മഹത്തായ മൂല്യങ്ങളുടെ പ്രചാരണത്തിൽകൂടി ശ്രദ്ധിക്കണമെന്ന് ഞാൻ അഭ്യർത്ഥിക്കുന്നു.

സഹോദരൻ അയ്യപ്പൻ സ്മാരക ഓഡിറ്റോറിയം ചെറായിയിൽ ഉദ്ഘാടനം ചെയ്തുകൊണ്ടുള്ള പ്രസംഗം.

സാമൂഹിക പരിഷ്കർത്താവായ സ്വാമി ആനന്ദതീർത്ഥൻ

സാമൂഹിക നവോത്ഥാനത്തിനു വേണ്ടിയുള്ള പോരാട്ടങ്ങളെ ശക്തിപ്പെടുത്തി മുമ്പോട്ടു കൊണ്ടുപോവുക എന്നതാണ് സ്വാമി ആനന്ദതീർത്ഥനെപ്പോലുള്ള സാമൂഹിക പരിഷ്കർത്താക്കൾക്ക് നല്കാവുന്ന ഏറ്റവും ഉചിതമായ ആദരാഞ്ജലി.

സ്വാമി ആനന്ദതീർത്ഥനെപ്പോലുള്ള അനവധി മഹദ് വ്യക്തികൾ സമർപ്പിത മനസ്സോടെ നടത്തിയ അവിശ്രമ പരിശ്രമത്തിന്റെ കൂടി ഫലമാണ് ഇന്ന് നമ്മുടെ സമൂഹത്തിൽ നിലനില്ക്കുന്ന സാമൂഹിക സമത്വബോധം.

സമൂഹത്തിലെ ഒരു വിഭാഗം മറ്റൊരു വിഭാഗത്തിന് താഴെയല്ല എന്നുള്ള ബോധത്തിലേക്ക് സമൂഹ മനഃസാക്ഷിയെ ഉണർത്തിയെടുത്തവർ ആനന്ദതീർത്ഥനു മുമ്പും ആനന്ദതീർത്ഥന് പിമ്പുമായി അനവധി പേരുണ്ട്. ആനന്ദതീർത്ഥന്റെ തന്നെ ഗുരുവായിരുന്ന ശ്രീനാരായണ ഗുരുവും അയ്യങ്കാളിയുമൊക്കെ ആ രംഗത്ത് ജീവിതത്തെ പോരാട്ടമാക്കിയവരാണ്. ആ പോരാട്ടത്തിലാവട്ടെ മനുഷ്യ സ്നേഹത്തിന്റേതായ ഒരു സന്ദേശമുണ്ട്. നിരുപാധികമായ മാനവികതാബോധത്തിന്റെ സന്ദേശം.

അത്തരം നവോത്ഥാന സന്ദേശങ്ങൾ വേരോടിയ മണ്ണാണിത് എന്നതുകൊണ്ടാണ് ഇടതുപക്ഷ പുരോഗമന സാമൂഹിക – രാഷ്ട്രീയ പ്രസ്ഥാനങ്ങൾ വേഗത്തിൽത്തന്നെ ഇവിടെ തളിർത്തു വളർന്നത്. ഇന്ത്യയിലെ പല സംസ്ഥാനങ്ങളിലും പുരോഗമന പ്രസ്ഥാനങ്ങൾക്ക് ആഴത്തിൽ വേരോട്ടമുണ്ടാവാത്തത് ഇതുപോലുള്ള നിസ്വാർത്ഥ സാമൂഹിക പ്രവർത്തകർ അവിടങ്ങളിൽ ഉണ്ടായില്ല എന്നതുകൊണ്ടുകൂടിയാണ്.

സാമൂഹികനീതിക്കുവേണ്ടി

സ്ത്രീകൾക്ക് മാറ് മറയ്ക്കാനുള്ള അവകാശം ലഭിച്ചതും അധഃസ്ഥിത ജനവിഭാഗങ്ങൾക്ക് പൊതുനിരത്തുകളിൽ സഞ്ചരിക്കാനുള്ള സ്വാതന്ത്ര്യം ലഭിച്ചതും പട്ടികജാതി – പട്ടികവർഗ്ഗ വിഭാഗങ്ങൾക്ക് ക്ഷേത്രപ്രവേശനത്തിനുള്ള അവകാശം ലഭിച്ചതും മറ്റും നീണ്ടകാലത്തെ പോരാട്ടങ്ങളുടെ ഫലമായാണ്. ആ പോരാട്ടങ്ങളെ മറക്കുകയും അതിന്റെ ഫലമായി കൈവന്ന നേട്ടത്തെ ആകാശത്തുനിന്നു പൊട്ടി വീണ അനുഗ്രഹമെന്ന മട്ടിൽ വാഴ്ത്തുകയും ചെയ്യാനുള്ള പ്രവണത ശക്തമാവുന്നുണ്ട്. ഇതിനെതിരായി സമൂഹം ജാഗ്രത പാലിക്കേണ്ടതുണ്ട്. നേട്ടങ്ങൾക്ക് പിന്നിലെ പോരാട്ടങ്ങളെ മറക്കുന്നത് ചരിത്രത്തോടു ചെയ്യുന്ന തെറ്റായിരിക്കും.

പഴയകാലത്തെ ആ പോരാട്ടങ്ങളെ പുതിയ വിധത്തിൽ മുമ്പോട്ടു കൊണ്ടുപോകേണ്ട ചുമതലയാണ് ഇന്ന് സമൂഹത്തിനുള്ളത്. ജനങ്ങളുടെ മനസ്സിന്റെ ഒരുമയെ തകർക്കുന്ന ഛിദ്രശക്തികൾ ഇന്ന് വളർന്നു വരുന്നുണ്ട്.

ശ്രീനാരായണഗുരുവിനെയും ആനന്ദതീർത്ഥനെയും പോലുള്ളവർ ചെയ്തത് ജനമനസ്സുകളെ വിഭാഗീയതകൾക്കും വേർതിരിവുകൾക്കും അതീതമായി ഒരുമിപ്പിക്കുകയായിരുന്നുവെങ്കിൽ ആ ചരിത്രമുന്നേറ്റത്തെ പിന്നോട്ടാക്കാൻ പാകത്തിലാണ് ഇന്ന് വിഘടന – വിഭാഗീയ – വർഗ്ഗീയ ശക്തികൾ രാഷ്ട്രത്തിന്റെയും ജനതയുടെയും ഐക്യം തകർക്കാൻ ശ്രമിക്കുന്നത്.

സ്മരണ തന്നെ പ്രചോദനം

ജാതിവാദവും മതവാദവും സ്വതന്ത്ര രാഷ്ട്രവാദവുമെല്ലാം ഇവർ ശിഥിലീകരണത്തിനുള്ള ആയുധമാക്കുന്നു. ഇത്തരം ശ്രമങ്ങളെ ചെറുത്തു കൊണ്ടുമാത്രമേ നമുക്ക് നമ്മുടെ രാഷ്ട്രത്തിന്റെ സ്വാതന്ത്ര്യത്തെയും ജനതയുടെ ഐക്യത്തെയും പരിരക്ഷിക്കാനാവൂ. അതിനുവേണ്ടിയുള്ള പ്രവർത്തനങ്ങൾക്ക് പ്രചോദനമേകുന്നതാണ് ആനന്ദതീർത്ഥനെപ്പോലെയുള്ളവരുടെ സ്മരണ.

ചില രാഷ്ട്രീയാധികാര കേന്ദ്രങ്ങളുമായി ചേർന്ന് അന്താരാഷ്ട്ര ബിസിനസിടപാടുകൾ നടത്തി പണം വാരിക്കൂട്ടുന്ന സ്വാമിമാരുള്ള കാര്യവും അവരിലൊരാൾ തിഹാർ ജയിലിലായ വിവരവും ഏവർക്കുമറിയാം. നമ്മുടെ രാഷ്ട്രത്തിന്റെ ആദ്ധ്യാത്മികതയുടെ ജീർണ്ണമുഖമാണത്. മതവും രാഷ്ട്രീയവും കൂടിക്കലരുമ്പോൾ രാഷ്ട്രത്തിന് വന്നുപെടുന്ന വിപത്തിലേക്കുള്ള പല സൂചനകളിലൊന്നാണത്.

മതവും രാഷ്ട്രീയവും കൂട്ടിക്കുഴയ്ക്കുമ്പോൾ ഉണ്ടാവുന്ന മറ്റൊരു വിപത്താണ് കാശ്മീർ – പഞ്ചാബ് പ്രശ്നങ്ങൾ പോലുള്ളവയിൽ പ്രതിഫലിച്ചു കാണുന്നത്. ഇങ്ങനെ നാനാവഴികളിലായി മതാത്മകത, വിപല്ക്കരമായി വഴിതിരിക്കാനുള്ള സാദ്ധ്യത ഏറെയാണ്. അത്തരം ജീർണ്ണതലങ്ങളിലേക്ക് വഴിതെറ്റാതിരിക്കാനും ശ്രീനാരായണഗുരുവിനെയും ആനന്ദതീർത്ഥനെയും പോലുള്ളവരുടെ സാമൂഹിക പരിഷ്കരണോത്സുകമായ പ്രവർത്തനങ്ങളെക്കുറിച്ചുള്ള ഓർമ്മകൾ നമുക്ക് സഹായകമാവും.

സാമൂഹ്യ – രാഷ്ട്രീയ തലങ്ങളിലെ മാതൃക

സമൂഹത്തിലെ ഏറ്റവും താഴേത്തട്ടിലുള്ള ഏറ്റവും പാവപ്പെട്ട വ്യക്തിയെയും അയാളും ജീവിതാവസ്ഥയുടെ ദൈന്യതയും മനസ്സിലാക്കി പ്രവർത്തിക്കുകയാണ് സ്വാമി ആനന്ദതീർത്ഥൻ ചെയ്തത്. ആ പ്രക്രിയയിൽ അദ്ദേഹത്തിന് ഏറെ പീഡനങ്ങളും യാതനകളും അനുഭവിക്കേണ്ടിവന്നു. ഇന്നത്തെ നമ്മുടെ രാഷ്ട്രീയ – സാമൂഹിക മണ്ഡലങ്ങളിൽ

ഏറെ ആവശ്യമുള്ള ഒരു മാതൃകയാണിത്. അതിന്റെ വെളിച്ചം മനസ്സിൽ ഏറ്റുവാങ്ങാൻ കഴിയട്ടെ എന്നതാണ് എന്റെ ആശംസ.

ശ്രീനാരായണഗുരുവിന്റെ ശിഷ്യപരമ്പരയിലെ അവസാനത്തെ കണ്ണിയായിരുന്ന സ്വാമി ആനന്ദതീർത്ഥനെക്കുറിച്ച് അറിയാനും അദ്ദേഹത്തെ സാമൂഹിക പരിഷ്കരണ സംരംഭങ്ങളിൽ മാതൃകയാക്കാനും പുതിയ തലമുറയ്ക്ക് അവസരമുണ്ടാക്കിക്കൊടുക്കുന്ന വിധത്തിലാവണം അദ്ദേഹത്തിന്റെ സ്മാരകം ഉയരേണ്ടത്.

ഗൗഡസാരസ്വത സമുദായത്തിൽപ്പെട്ടയാളായിരുന്നു ആനന്ദതീർത്ഥൻ. ജനിച്ച സാഹചര്യങ്ങളുടെ വിലക്കുകൾ ലംഘിച്ചാണ് അദ്ദേഹം ഗാന്ധിജിയിലും ശ്രീനാരായണഗുരുവിലും ഒക്കെ ആകൃഷ്ടനായത്. ഗാന്ധിജിയിൽ നിന്ന് പ്രചോദനമുൾക്കൊണ്ടാണ് അധഃസ്ഥിത ജനോദ്ധാരണ പ്രവർത്തനങ്ങളിൽ മുഴുകിയത്.

ചായക്കടകളിലേക്ക് അധഃസ്ഥിതിത ജനങ്ങളെ കൂട്ടിക്കൊണ്ടുപോയി ചായ കഴിപ്പിച്ചതും അവർക്ക് ക്ഷേത്രപ്രവേശനം കിട്ടാനായി പ്രവർത്തിച്ചതും ആ വിഭാഗങ്ങൾ അടിച്ചമർത്തപ്പെട്ടിടങ്ങളിലൊക്കെ ആശ്വാസവുമായി എത്തിയതും ഒക്കെ അന്നത്തെ കാലത്തെ വിപ്ലവകരമായ നടപടികളായിരുന്നു.

വയസ്സുകാലത്തുപോലും അദ്ദേഹത്തിന് സവർണ്ണ ജാതിക്കോമരങ്ങളുടെ ശാരീരികവും മാനസികവുമായ പീഡനങ്ങൾ ഏല്ക്കേണ്ടി വന്നു. അത്തരമൊരു വലിയ മനുഷ്യന്റെ സ്മാരകമായി ഉയർത്താൻ പോകുന്ന കെട്ടിടത്തിന് ശിലാസ്ഥാപനം നടത്താൻ കഴിയുന്നത് സന്തോഷകരവും അഭിമാനകരവുമാണ്.

സ്വാമി ആനന്ദതീർത്ഥന്റെ പേരിലുള്ള സ്മാരക മന്ദിരത്തിന്റെ ശിലാസ്ഥാനം നിർവ്വഹിച്ചുകൊണ്ടുള്ള പ്രസംഗം.

കേണൽ ജി പി രാജ: കായിക കേരളത്തിന്റെ പ്രിയങ്കരൻ

കായിക കേരളത്തിന് അഭിമാനം പകരുന്ന സ്മൃതിയാണ് കേണൽ ജി വി രാജാ. അദ്ദേഹം കൊളുത്തി നീട്ടിയ ദീപശിഖയിൽനിന്ന് ചെറു കൈത്തിരികൾ കൊളുത്തിയെടുത്ത നമ്മുടെ കായികരംഗത്തെ സഫല വാഗ്ദാനങ്ങളാണ് പുരസ്കാരം ഏറ്റുവാങ്ങാൻ സമ്മേളിക്കുന്നത്.

ജീവിതാവസാനംവരെ ഒരേ ലക്ഷ്യത്തിനുവേണ്ടി പ്രവർത്തിക്കുക, ആ ലക്ഷ്യത്തിനുവേണ്ടി, അതിന്റെ സാക്ഷാൽക്കാരത്തിനുവേണ്ടിയുള്ള ശ്രമത്തിനിടയിൽ മരിച്ചു വീഴുക – അപൂർവ്വം പേരേ ആ വിധത്തിലുള്ളു. അതിൽപ്പെടുന്നു കേണൽ ഗോദവർമ്മ രാജാ.

സ്പോർട്സിനുവേണ്ടി ജീവിതം സമർപ്പിച്ച വ്യക്തിയായിരുന്നു രാജാ. കായികരംഗം അദ്ദേഹത്തിന് ജീവിതത്തിൽനിന്ന് വേറിട്ട ഒന്നായിരുന്നില്ല.

ക്രിക്കറ്റ്, ടെന്നീസ്, ഫുട്ബോൾ എന്നിവയടക്കം കേരളീയ കായികരംഗത്തിന്റെ എല്ലാ മേഖലകൾക്കും അദ്ദേഹത്തിന്റെ പരിചരണമേല്ക്കുന്നതിനുള്ള ഭാഗ്യമുണ്ടായി. ഫുട്ബോളിന്റെ കാര്യത്തിൽ പ്രാതഃസ്മരണീയമായ വ്യക്തിത്വമാണ് ജി വി രാജയുടേത്. മലയാള ഫുട്ബോളിന്റെ തലതൊട്ടപ്പൻ എന്നു വിശേഷിപ്പിക്കാവുന്ന വ്യക്തിത്വം.

സന്തോഷ്ട്രോഫിയും ഫെഡറേഷൻ കപ്പും അടക്കം ഒട്ടേറെ ദേശീയ വിജയങ്ങൾ കൊയ്ത കേരള ഫുട്ബോളിന്റെ വളർച്ചയ്ക്ക് ഏറ്റവുമധികം സംഭാവന ചെയ്ത കായിക പ്രതിഭയായിരുന്നു ജി വി രാജാ.

കേരളത്തിന്റെ സ്പോർട്സ് വികസനം ചരിത്രനിയോഗമായി ഏറ്റെടുത്ത രാജാ ഒട്ടേറെ ടെന്നീസ്, ഫുട്ബോൾ ടൂർണമെന്റുകൾ ഈ നാട്ടിലെത്തിക്കുന്നതിനുള്ള ചാലകശക്തിയായി. ഏഷ്യാകപ്പ് ഫുട്ബോൾ എറണാകുളത്തെത്തിച്ചതും രാജാ തന്നെ.

സ്പോർട്സ്, ജീവിതചര്യയാക്കിയ വ്യക്തി

സംഘാടകനായി മാറിനില്ക്കുകയായിരുന്നില്ല, കളിക്കാരുടെയൊപ്പം അവരുടെ സുഖദുഃഖങ്ങൾ പങ്കിട്ട് അവർക്കിടയിൽ ജീവിക്കുകയായിരുന്നു അദ്ദേഹം. കളിക്കാരുടെ ക്ഷേമം ഉറപ്പുവരുത്താനായി ഓടിനടക്കുക എന്നത് അദ്ദേഹം ജീവിതചര്യയാക്കി. കളി നടക്കുമ്പോൾ വി ഐ പി ഗ്യാലറിയിൽ പോയി ഇരിക്കാത്ത ഏക കായികമേളാ സംഘാടകൻ ഒരു പക്ഷേ, കേണൽ ഗോദവർമ്മ രാജായായിരിക്കും.

കായികപ്രേമി എന്നതിലുപരിയായി മനുഷ്യസ്നേഹം, ആർദ്രത, അനുകമ്പ, എളിമ എന്നിവയുടെ പ്രതീകം കൂടിയായിരുന്നു അദ്ദേഹം.

കളിക്കാരുടെ പ്രതിസന്ധികളിൽ അദ്ദേഹം എപ്പോഴും ആശ്വാസവുമായി ഓടിയെത്തി. കായികക്കളങ്ങൾ അധികാരക്കളങ്ങൾ വെട്ടിപ്പിടിക്കാനുള്ള മാർഗ്ഗമായി അദ്ദേഹം ദുരുപയോഗിച്ചില്ല. അധികാരം സ്വയമേവ അദ്ദേഹത്തിലേക്ക് എത്തിയപ്പോഴാവട്ടെ, അതീവ സംശുദ്ധമായി അദ്ദേഹം അത് വിനിയോഗിച്ചു.

ലക്ഷ്യപ്രാപ്തിക്കിടയിലെ വിയോഗം

ഈ ഗുണങ്ങളാണ് കേണൽ ഗോദവർമ്മ രാജായെ കായിക കേരളത്തിന്റെ പ്രിയങ്കരനാക്കിയത്. ഓരോ കളിക്കാരനും അദ്ദേഹത്തിൽ ഒരു രക്ഷാകർത്താവിനെയാണ് കണ്ടത്.

കേരള സ്പോർട്സ് കൗൺസിൽ പ്രസിഡന്റായിരിക്കെ 1971 ലാണെന്ന് തോന്നുന്നു, കേരളത്തിന്റെ സ്പോർട്സ് വികസനത്തിന് കേരളമാകെ വിശ്രമമില്ലാതെ ചുറ്റിക്കറങ്ങി കേണൽ വർമ്മ വിശദമായ റിപ്പോർട്ട് തയ്യാറാക്കി. ഈ റിപ്പോർട്ട് പട്യാലയിൽ നടന്ന അഖിലേന്ത്യാ സ്പോർട്സ് കൗൺസിൽ യോഗത്തിൽ സമർപ്പിച്ച് മടങ്ങി വരുമ്പോഴുണ്ടായ വിമാനാപകടത്തിലാണ് കേണൽ വർമ്മ മരണപ്പെട്ടത്. ഇത് മനസ്സിൽ വച്ചുകൊണ്ടാണ് ഞാൻ ആദ്യമേ തന്നെ പറഞ്ഞത്–

"ജീവിതാവസാനം വരെ ഒരേ ലക്ഷ്യത്തിനുവേണ്ടി പ്രവർത്തിക്കുകയും അതിന്റെ മാർഗ്ഗത്തിൽ മരിച്ചു വീഴുകയുമായിരുന്നു അദ്ദേഹം" എന്ന്.

ജി വി രാജാ അന്ന് നടത്തിയതുപോലൊരു സമഗ്രപഠനം പിന്നീട് നടന്നിട്ടില്ല. അത്തരമൊരു റിപ്പോർട്ട് പിന്നീടുണ്ടായിട്ടില്ല. അന്നത്തെ സമർപ്പണ മനോഭാവം പില്ക്കാലത്ത് കായികരംഗത്തുണ്ടായോ എന്നതുപോലും സംശയകരമാണ്. ഈ സംശയം പിന്നീടുള്ള നമ്മുടെ കായികരംഗത്തെ പ്രവർത്തനങ്ങളെ പശ്ചാത്തലത്തിൽ നോക്കുമ്പോൾ ഏറെ ബലപ്പെടുന്നു.

1987 – 88 ൽ ദേശീയ കായികമേള കേരളത്തിൽ അരങ്ങേറിയപ്പോൾ അപൂർവ്വവും അത്ഭുതകരവുമായ ഒരു കായികാവബോധവും മുന്നേറ്റവുമാണ് കേരളത്തിനുണ്ടായത്. അന്ന് കേരളം രണ്ടു വിഭാഗത്തിൽ ഓവ

റോൾ ചാമ്പ്യന്മാരായി. എന്നാൽ പിന്നീട് കേരളത്തിന്റെ ഈ കായിക മുന്നേറ്റത്തിന് തിരിച്ചടി നേരിട്ടു. പൂനയിൽ നടന്ന ദേശീയ കായികമേള യിൽ കേരളം പിറകോട്ടു പോയി.

കായികവേദിയുടെ വളർച്ച

എങ്ങനെ ഈ തിരിച്ചടിയുണ്ടായി എന്ന് കായിക രംഗത്തുള്ളവർ ആത്മപരിശോധന നടത്തണം. അത്തരമൊരു ആത്മപരിശോധനയിലൂടെ മാത്രമേ കുറവുകൾ നികത്തി മുന്നേറാനാവൂ.

ഡിസംബറിൽ ബാംഗ്ലൂരിൽ ദേശീയ കായികമേള അരങ്ങേറുകയാണ്. അവിടെവച്ച് കേരളത്തിന്റെ നഷ്ടപ്രതാപം വീണ്ടെടുക്കാനുള്ള തീവ്രശ്ര

മങ്ങൾ സമയബന്ധിതമായി ഉണ്ടാവണം. യുദ്ധകാലാടിസ്ഥാനത്തിലുള്ള തയ്യാറെടുപ്പുകൾ നടത്തണം. അങ്ങനെ കേരളത്തിന് ദേശീയതലത്തിൽത്തന്നെ കായിക വിജയങ്ങളുടെ പതാക പാറിപ്പറത്താനുള്ള അവസരമുണ്ടാകണം. അതിനുള്ള എല്ലാ ശ്രമങ്ങൾക്കും കലവറയില്ലാത്ത പിന്തുണ ഗവൺമെന്റിന്റെ ഭാഗത്തുനിന്നുണ്ടാകും.

അലസഭാവവും വിട്ടുവീഴ്ചയും പൂർണ്ണമായും ഒഴിവാക്കേണ്ട ഘട്ടം അതിക്രമിച്ചിരിക്കുകയാണ്. ആ രംഗത്ത് ഗവൺമെന്റിന് വിട്ടുവീഴ്ചയില്ല.

കേരളത്തിലെ മികച്ച പുരുഷ – വനിതാ കായികതാരങ്ങളാണ് ആദരിക്കപ്പെടുന്നത്. ഇവർ കേരളത്തിന്റെ അഭിമാനങ്ങളാണ്. ലോകത്തിന്റെയാകെ ശ്രദ്ധാകേന്ദ്രങ്ങളായി മാറാൻ ഈ കായിക പ്രതിഭകൾക്ക് ഭാവിയിൽ കഴിയട്ടെയെന്ന് ഞാൻ ആശംസിക്കുന്നു. ജി വി രാജായുടെ പേരിലുള്ള അവാർഡ് അതിനവർക്ക് പ്രചോദനമാകട്ടെ.

മുമ്പ് എന്റെ നേതൃത്വത്തിൽത്തന്നെ അധികാരത്തിലുണ്ടായിരുന്ന ഇടതുപക്ഷ ജനാധിപത്യ മുന്നണി സർക്കാർ കേരളത്തിന്റെ സമഗ്ര സ്പോർട്സ് വികസനത്തിനായി സ്പോർട്സ് ബിൽ കൊണ്ടുവരാൻ ശ്രമിച്ചിരുന്നു. അത് നടക്കും മുമ്പ് ആ ഗവൺമെന്റ് പോയി.

കേരള കായികരംഗത്തിന്റെ സമഗ്ര വികസത്തിനായി വാഗ്ദാനം ചെയ്യപ്പെട്ട സ്പോർട്സ് ബിൽ നടപ്പിലാക്കുക എന്നതായിരിക്കും കേണൽ ഗോദവർമ്മ രാജായുടെ സ്മരണയ്ക്കുള്ള ഉചിതമായ സ്മരണാഞ്ജലി. കായികരംഗവുമായി ബന്ധമുള്ള എല്ലാവരുടെയും അഭിപ്രായങ്ങൾ ക്ഷണിച്ചും ചർച്ച ചെയ്തും ആ ബിൽ നടപ്പാക്കാൻ ശ്രമിക്കും.

ദീർഘകാല ആസൂത്രണത്തിന്റെ ആവശ്യകത

കായികരംഗത്തിന്റെ പുനരുദ്ധാരണത്തിന് ദേശീയതലത്തിൽ തന്നെ ഒരു ദീർഘകാല ആസൂത്രണം നടക്കേണ്ടതുണ്ട്. 90 കോടി ജനങ്ങളുടെ പ്രതിനിധികളായി പോയവർക്ക് ഒരു വെങ്കല മെഡലുമായി ഒളിമ്പിക്സിൽ നിന്ന് മടങ്ങിവരേണ്ടിവന്നത് ആസൂത്രണത്തിന്റെ അഭാവത്തെക്കൂടിയാണ് സൂചിപ്പിക്കുന്നത്.

ദേശീയതലത്തിൽ അത്തരമൊരു പദ്ധതി രൂപപ്പെടണമെങ്കിൽ തുടക്കം കേരളത്തിൽനിന്നു തന്നെയാവണം. ഇന്ത്യൻ കായികരംഗത്ത് ഏറ്റവും കൂടുതൽ സംഭാവന നല്കാൻ കഴിയുന്നത് കേരളത്തിനാണ്. ഈ പശ്ചാത്തലത്തിൽ കായിക പുനരുദ്ധാരണത്തിനുള്ള തുടക്കം ഇവിടെ കുറിക്കണം. അതിനുള്ള ശ്രമം ഗവൺമെന്റ് നടത്തും.

ജി വി രാജാ സ്പോർട്സ് അവാർഡ് ദാനച്ചടങ്ങിലെ പ്രസംഗം – ആഗസ്ത് 13, 1996.

സംഗീതപ്രതിഭയായ ചെമ്പൈ

അസാധാരണ പ്രതിഭാശാലികൾ അപൂർവ്വമാണ്. അങ്ങനെയുള്ള വർ, അവരുടെ ജീവിതകാലത്തിനു ശേഷം അവരെ സ്നേഹിക്കുകയും ബഹുമാനിക്കുകയും ചെയ്യുന്നവരുടെ മനസ്സുകളിൽ ഒരു വ്യക്തി എന്ന നിലയിൽ നിന്ന് ഐതിഹാസികമായ ഒരു സങ്കല്പം എന്ന തലത്തി ലേക്കും ഉയരും.

അങ്ങനെ വ്യക്തി എന്ന തലത്തിൽനിന്ന് ഐതിഹാസികമായ സങ്ക ല്പം എന്ന തലത്തിലേക്കുയർന്നു നില്ക്കുന്നു ചെമ്പൈ വൈദ്യനാഥ ഭാഗവതർ. ചെമ്പൈ ഈ തലത്തിലേക്കുയർന്നതാവട്ടെ, അദ്ദേഹത്തിന്റെ നിസ്തന്ദ്രമായ സംഗീതോപാസനയിലൂടെയാണ്.

കർണ്ണാടക സംഗീതം എന്നു കേൾക്കുന്ന മാത്രയിൽ നമ്മുടെ മന സ്സിൽ മൂന്നു ചിത്രങ്ങൾ തെളിയും: ത്യാഗരാജസ്വാമികൾ, ദീക്ഷിതർ, ശ്യാമ ശാസ്ത്രികൾ എന്നിവർ. അവരുടെ സമുന്നതമായ നിരയിലേക്ക് കർണ്ണാ ടക സംഗീതാസ്വാദകർക്ക്, പ്രത്യേകിച്ച് മലയാളികൾക്ക്, അഭിമാനപൂർവ്വം ഉയർത്തിക്കാട്ടാവുന്ന മഹത്വമാർന്ന വ്യക്തിത്വമാവുന്നു ചെമ്പൈയുടേത്.

നാദോപാസനയായിരുന്നു ചെമ്പൈക്ക് ജീവിതം. അതിൽനിന്ന് വേറിട്ട് ഒന്നിലേക്കും ചെമ്പൈ ആകർഷിക്കപ്പെട്ടിട്ടില്ല. തന്റെ മനസ്സ് അദ്ദേഹം ഏകാഗ്രതയോടെ സംഗീതത്തിലുറപ്പിച്ചു.

സംഗീതത്തിനുവേണ്ടി ആത്മസമർപ്പണം

ആ ജീവിത സാഫല്യത്തിന്റെ അടിസ്ഥാനം അത്രമേൽ സമർപ്പിത മായിരുന്നു. അത് സംഗീത സപര്യ എന്നതു തന്നെയാണ്. ഏതു ജീവിത വിജയത്തിനും ആവശ്യം ഇതുതന്നെയാണ് – നിരുപാധികമായ ആത്മ സമർപ്പണം.

അത്തരം ആത്മസമർപ്പണത്തിന് ശുദ്ധമായ ഒരു മനസ്സു വേണം. അത് ചെമ്പൈക്കുണ്ടായിരുന്നു. ഭൗതികമായ നേട്ടങ്ങൾക്കു പിന്നാലെ പോകാതെ ജീവിതത്തെത്തന്നെ ഒരു രാഗാലാപമാക്കി മാറ്റുകയായിരുന്നു ചെമ്പൈ. അദ്ദേഹത്തിന്റെ ആലാപനത്തിൽ തുളുമ്പി നില്ക്കുന്നത് മനഃശുദ്ധിയുടേതായ ഭാവമാണ്. "കരുണ ചെയ്യുവാനെന്തു താമസം കൃഷ്ണ" എന്ന് ചെമ്പൈ പാടുമ്പോൾ ആ സ്വരഗാംഭീര്യത്തിനൊപ്പം ഈ ഭാവശുദ്ധി കൂടിയാണ് നമ്മൾ അനുഭവിക്കുന്നത്.

ഒമ്പതാം വയസ്സിലാണ് ചെമ്പൈ ആദ്യകച്ചേരി നടത്തിയത് എന്നതു

തന്നെ സഹജമായ സംഗീതവാസനയുള്ള മനസ്സായിരുന്നു അദ്ദേഹത്തിന്റേത് എന്നതിന് ദൃഷ്ടാന്തമാണ്. വിസ്മയകരമായ ഒരു യാദൃച്ഛികതയാണ് ചെമ്പൈ അവസാനമായി 1974 ഒക്ടോബർ 16 ന് കച്ചേരി നടത്തിയത്, ആദ്യ കച്ചേരി നടത്തിയ ഒറ്റപ്പാലം ഒളപ്പമണ്ണ മനയ്ക്കൽ ശ്രീകൃഷ്ണ ക്ഷേത്രത്തിലായിരുന്നുവെന്നത്.

ഗുരുശിഷ്യ പാരമ്പര്യം

പിതാവിൽനിന്ന് സംഗീതത്തിന്റെ ആദ്യാക്ഷരങ്ങൾ അഭ്യസിച്ച ചെമ്പൈയ്ക്ക് തിരുവിതാംകൂർ ശ്രീനടേശ ശാസ്ത്രികൾ, നാമയ്ക്കൽ നരസിംഹ അയ്യങ്കാർ, ഹരികേശനല്ലൂർ മുത്തയ്യാ ഭാഗവതർ എന്നിവരിൽ നിന്ന് വിദഗ്ദ്ധമായ നിലയിൽ പരിശീലനവും ഉപദേശവും ലഭിക്കാനവസരമുണ്ടായി. ആ ഗുരു – ശിഷ്യ പരമ്പരയിലേക്ക് കെ ജെ യേശുദാസിനെയും ജയവിജയന്മാരെയും ടി വി ഗോപാലകൃഷ്ണനെയും പോലുള്ളവരെ വിളക്കിച്ചേർക്കാനുള്ള ഗുരുസഹജമായ സ്നേഹവാത്സല്യങ്ങളും ചെമ്പൈ പ്രകടിപ്പിച്ചു.

ശിഷ്യരുടെ ഉല്കർഷത്തിൽ അങ്ങേയറ്റം താല്പര്യം കാട്ടിയ ചെമ്പൈക്ക് യേശുദാസിലും മറ്റും എന്നും അഭിമാനമായിരുന്നു.

അനിതര സാധാരണമായ ഒരു ആലാപനശൈലി അദ്ദേഹത്തിനുണ്ടായിരുന്നു. 'ക്ഷീരസാഗരശയനാ' പോലുള്ള കീർത്തനങ്ങൾ ആലപിക്കുന്ന ഘട്ടത്തിൽ ഇത് കൂടുതൽ പ്രകടമായിരുന്നു. ആ ശൈലി മണിക്കൂറുകൾ ശ്രോതാക്കളെ പിടിച്ചിരുത്തി.

മരണശേഷം നിരവധി വർഷങ്ങൾ കഴിഞ്ഞ് ഈ ഘട്ടത്തിൽ ആ സ്മരണ മുൻനിർത്തി ഇത്രയും പേർ ഇന്നിവിടെ കൂടിയിരിക്കുന്നുവെന്നു തന്നെ ആലാപനശൈലിയും ആ ശബ്ദത്തിന്റെ ഭാവഗരിമയും എന്നും മനസ്സുകളിൽ നമുക്കുണ്ടായിരുന്നു എന്നതിന്റെ തെളിവാണ്.

നാദോപാസന

അച്ചടക്കമുള്ള ഒരു ജീവിതമാണ് ചെമ്പൈ നയിച്ചത്. കൃത്യനിഷ്ഠ അദ്ദേഹത്തിന്റെ ജീവിതചര്യയായിരുന്നു. വൈക്കം ക്ഷേത്രത്തിൽ ഒരു അഷ്ടമി ദിവസം കച്ചേരി നടത്തിയ അദ്ദേഹം തുടർന്നുണ്ടായ 40 വർഷം അതൊരു നിഷ്ഠയായി പാലിച്ചുപോന്നു എന്നത് ഇന്നത്തെ പല ഗായകരെയും അത്ഭുതപ്പെടുത്തിയേക്കും.

സംഗീതത്തിനുവേണ്ടി ജീവിതം സമർപ്പിച്ച ആ വലിയ മനുഷ്യന്റെ ഓർമ്മകൾക്ക് ആദരാഞ്ജലികളർപ്പിച്ചുകൊണ്ട് അദ്ദേഹത്തിന്റെ സ്മരണ മുൻനിർത്തി ഒരു തപാൽസ്റ്റാമ്പ് പുറത്തിറക്കുകയാണ്. നമ്മുടെ സംഗീത പൈതൃകത്തിന് നല്കുന്ന ആദരവാണിത്.

ചെമ്പൈ സംഗീതോത്സവം തിരുവനന്തപുരത്ത് ഉദ്ഘാടനം ചെയ്തുകൊണ്ടുള്ള പ്രസംഗം – ആഗസ്ത് 28, 1996.

അഗതികളുടെ അമ്മയായ മദർ തെരേസ

ലോകമെങ്ങുമുള്ള അഗതികൾക്ക് അമ്മയായ മദർ തെരേസയുടെ പാവനസ്മരണയ്ക്കു മുമ്പിൽ ഞാൻ ആദരാഞ്ജലികളർപ്പിക്കുന്നു.

കാരുണ്യത്തിന്റെ വറ്റാത്ത ഉറവയായിരുന്നു മദർ തെരേസ. അതുകൊണ്ടുതന്നെ മദർ ലോകമെങ്ങും കാരുണ്യത്തിന്റെ, സാന്ത്വനത്തിന്റെ, ആശ്വാസത്തിന്റെ പ്രതീകമായി അറിയപ്പെട്ടു.

മനുഷ്യത്വം പല വിധത്തിലുള്ള നിഷ്ഠുരതകൾക്കും വഴിമാറുന്ന കഠോരമായ ഒരു കാലഘട്ടത്തിൽ നിസ്വാർത്ഥമായ ജനസേവനം ജീവിതചര്യയാക്കിയ മദർ ഒരു വിസ്മയമാണ്. സംസ്കാരത്തിന്റെ ഏറ്റവും ഉന്നതമായ ഒരു തലമായിരുന്നു അവരുടെ ആത്മസമർപ്പണത്തോടെയുള്ള പ്രവർത്തനങ്ങളിൽ പ്രതിഫലിച്ചത്.

സംസ്കാരം എന്ന വാക്കിന് ഇംഗ്ലീഷിൽ ഹ്രസ്വമായ ഒരു നിർവ്വചനമുണ്ട്:

"Concern for the other" എന്നതാണ് ഈ നിർവ്വചനം. അപരന്റെ ദുഃഖത്തെ സ്വന്തം ദുഃഖമായി കാണാനുള്ള മനസ്സിന്റെ സന്നദ്ധതയാണത്. അതാണു സംസ്കാരമെങ്കിൽ മദറിനെപ്പോലെ സംസ്കാര സമ്പന്നമായ വ്യക്തികൾ ലോകത്തിൽ വളരെ വിരളമായേ ഉണ്ടാവാറുള്ളു എന്നു പറയേണ്ടിവരും.

അതുകൊണ്ടാവാം നൂറ്റാണ്ടുകൾക്കിടയ്ക്ക് മാത്രം സംഭവിക്കുന്ന ഒന്നാണ് മദർ തെരേസയെപ്പോലുള്ളവരുടെ ജീവിതം എന്നു നമ്മുടെ രാഷ്ട്രപതി പറഞ്ഞത്. നിരാശ്രയരും അശരണരും ആലംബഹീനരുമായ പാവപ്പെട്ടവരുടെ നീറുന്ന ജീവിതത്തിലേക്ക് ഒരു സാന്ത്വന ഔഷധം പോലെയാണ് മദർ കടന്നുചെന്നത്. ലളിതവും ശുദ്ധവും കരുണാമയവുമായ ആ ജീവിതം ഈ കാലത്തിനും വരുംകാലത്തിനും മാതൃകയായിരിക്കും.

ജീവകാരുണ്യ പ്രവർത്തനങ്ങളുടെ മാനിഫെസ്റ്റോ

അനുകമ്പയുടെ ജീവിക്കുന്ന നിദർശനമായിരിക്കണം മനുഷ്യർ എന്ന് മദർ പറയുമായിരുന്നു. "ഹൃദയത്തിൽ അനുകമ്പ നിറയട്ടെ, പുഞ്ചിരിയിൽ ആ അനുകമ്പയുടെ കിരണങ്ങൾ പ്രകാശിക്കട്ടെ, കുടിലുകളിലും ചേരികളിലും നിങ്ങളുടെ ആർദ്രമായ നോട്ടം കടന്നു ചെല്ലണം. പാവപ്പെട്ടവർക്ക് സംരക്ഷണം മാത്രം കൊടുത്താൽ പോരാ ഹൃദയവും കൂടി നല്കണം."

ഇതായിരുന്നു ജീവകാരുണ്യ പ്രവർത്തനങ്ങളുടെ മാനിഫെസ്റ്റോ എന്നു വിശേഷിപ്പിക്കാവുന്ന വിധത്തിലുള്ള മദറിന്റെ വാക്കുകൾ.

പാവങ്ങളുടെ പുനരധിവാസത്തിനു വേണ്ടി മദർ അവരുടെ ജീവ കാരുണ്യ പ്രവർത്തനങ്ങളുടെ പ്രാരംഭകാലത്ത് ഒരു അഭയകേന്ദ്രം തുറക്കാൻ വേണ്ടി പലയിടത്തും അലഞ്ഞു. അങ്ങനെ അവരുടെ കാലുകൾ തളരുന്ന സ്ഥിതിപോലുമുണ്ടായി. പാവങ്ങളെ സഹായിക്കാൻ വേണ്ടിയുള്ള തന്റെ ദൃഢനിശ്ചയം പുനഃപരിശോധിച്ചാലോ എന്ന് ആലോചിക്കുന്ന സ്ഥിതിപോലുമുണ്ടായി.

ആ ഘട്ടത്തിൽ, ആശയക്കുഴപ്പത്തിനിടയിൽ അവർക്കു തോന്നിയതിതാണ്: “ഒരു വീടിനു വേണ്ടി ഒന്നോ രണ്ടോ നാൾ അലഞ്ഞപ്പോൾ എനിക്ക് മനസ്സിലായത് എന്റെ യാതന കഠോരമാണെന്നാണ്. എങ്കിൽ ഒരു ജന്മം മുഴുവൻ തലചായ്ക്കാനിടം തേടി അലയുന്നവരുടെ വേദന എത്ര കഠോരമായിരിക്കും?”

ആ ചിന്ത മുൻനിർത്തിയാണ് പാവപ്പെട്ടവരുടെ ആശ്വാസത്തിനു വേണ്ടിത്തന്നെ സമർപ്പിക്കേണ്ട ജീവിതമാണ് തന്റേത് എന്ന ബോദ്ധ്യത്തിലവർ ഉറച്ചത്.

അനാഥർക്കുവേണ്ടിയുള്ള ജീവിതം

ഈ നൂറ്റാണ്ടിന്റെ ഏറ്റവും വലിയ മാരകരോഗങ്ങൾ ക്ഷയവും കുഷ്ഠവുമാണെന്ന ധാരണ ശരിയല്ലെന്നും ഏകാന്തതയുടെ പീഡനവും അനാഥത്വത്തിന്റെ നീറ്റലും അനുഭവിക്കേണ്ടി വരുന്നതാണ് ഏറ്റവും വലിയ മാരകരോഗമെന്നും അവർ പറഞ്ഞു. ആ കണ്ടെത്തലിന്റെ അടിസ്ഥാനത്തിലാണ് അശരണർക്കും അനാഥർക്കും വേണ്ടി ജീവിക്കാനവർ തീരുമാനിച്ചത്.

മദറിന്റെ ‘മിഷനറീസ് ഓഫ് ചാരിറ്റീസ്’ എന്ന സന്ന്യാസ സമൂഹത്തിൽ നൂറുകണക്കിനു മലയാളി സഹോദരിമാരുണ്ട്. മദറിനുള്ള കേരളത്തിന്റെ ഏറ്റവും വലിയ സംഭാവനയാണത് എന്നു കരുതാം. തിരുവനന്തപുരം, പൂവാർ, കൊല്ലം, കോട്ടയം, ചെല്ലാനം, മട്ടാഞ്ചേരി, കോഴിക്കോട് എന്നിവിടങ്ങളിൽ മദറിന്റെ സഹോദരിമാർ പ്രവർത്തിക്കുന്നുണ്ട്.

കമ്യൂണിസ്റ്റ് (മാർക്സിസ്റ്റ്) പാർട്ടിയുടെ നേതൃത്വത്തിലുള്ള പശ്ചിമ ബംഗാൾ ഗവൺമെന്റ് മദറിന്റെ പ്രവർത്തനങ്ങൾക്ക് എല്ലാവിധ സഹായ സഹകരണങ്ങളും ചെയ്തിട്ടുണ്ട്. മിഷനറിമാരായാലും മാർക്സിസ്റ്റുകാരായാലും മനുഷ്യ സ്നേഹത്തിന്റെയും പാവപ്പെട്ടവരെ സഹായിക്കുന്നതിന്റെയും കാര്യത്തിൽ കൈകോർത്തു പ്രവർത്തിക്കുന്നതിനു തടസ്സങ്ങളില്ല എന്നതിന്റെ ദൃഷ്ടാന്തമാണു ബംഗാളിൽ കണ്ടത്.

ആദരവിന്റെ പ്രതീകം

മദറിന്റെ മൃതദേഹ സംസ്കാരം ഒരു സ്വകാര്യച്ചടങ്ങായി നടത്തി

യാൽ മതിയെന്നായിരുന്നു അവിടുത്തെ സഹോദരിമാർക്കുണ്ടായിരുന്നത്. പാവപ്പെട്ടവരുടെ കണ്ണീരൊപ്പുന്ന മദറിന്റെ പ്രവർത്തനം ലോകം മുഴുവൻ മാതൃകയാക്കണമെന്ന പശ്ചിമബംഗാൾ ഗവൺമെന്റിന്റെ ചിന്തയാണ് ശവസംസ്കാരച്ചടങ്ങ് ദേശീയ ബഹുമതിയോടെയാവണമെന്നു കേന്ദ്ര ഗവൺമെന്റിനോട് ശുപാർശ ചെയ്യുന്നതിനു പിന്നിൽ പ്രവർത്തിച്ചത്.

നോബൽ സമ്മാനത്തിന്റെ മെഡലും മാർപ്പാപ്പാ സമ്മാനിച്ച വിദേശ നിർമ്മിതമായ ലിമുസിൻ എന്ന 45 ലക്ഷം രൂപയുടെ കാറും വിറ്റ്, ആ പണം പാവപ്പെട്ടവർക്കുവേണ്ടി ഉപയോഗിക്കുകയായിരുന്നു മദർ.

എല്ലാം ത്യജിച്ച് ഇതുപോലുള്ള ദീനാനുകമ്പയിൽ മുഴുകുന്നവരുടെ എണ്ണം ഇക്കാലത്തു പരിമിതമാണ്. പ്രത്യേകിച്ച് ഒരു സ്ഥാനമാനങ്ങളുമില്ലാതിരുന്ന മദർ പാവപ്പെട്ടവർക്കായി സമർപ്പിച്ച ജീവിതംകൊണ്ടാണ് ലോകശ്രദ്ധാ കേന്ദ്രമായത്. പാവപ്പെട്ടവരുടെ മിഴിനീരൊപ്പുന്നവരെ ലോകം അംഗീകരിക്കുക തന്നെ ചെയ്യുമെന്ന് ഇക്കാര്യം വ്യക്തമാക്കുന്നു.

മദറിന്റെ പ്രവർത്തനങ്ങളോടുള്ള കേരള ഗവൺമെന്റിന്റെ ആദരവു സൂചിപ്പിച്ചുകൊണ്ടാണ് മന്ത്രിസഭയുടെ പ്രതിനിധിയായി ശ്രീ. പി ജെ ജോസഫിനെ കല്ക്കത്തയിലേക്കയച്ചത്. നമ്മുടെ നാട്ടിലുള്ള നൂറുകണക്കിനാളുകൾക്ക് മദറിന്റെ ശവസംസ്കാരച്ചടങ്ങിൽ പങ്കെടുക്കാൻ ആഗ്രഹമുണ്ട് എന്നതുകൊണ്ടാണ് ഇവിടെനിന്ന് ഒരു ട്രെയിൻ പ്രത്യേകമായി ശവസംസ്കാരച്ചടങ്ങിനോടനുബന്ധിച്ച് കല്ക്കത്തയിലേക്കയക്കാൻ കേരള ഗവൺമെന്റ് കേന്ദ്രത്തോട് ആവശ്യപ്പെട്ടത്.

മദറിന്റെ ജീവകാരുണ്യ പ്രവർത്തനത്തിന്റെ സത്ത നമ്മുടെ ജീവിതത്തിലേക്കു പകർത്തുക എന്നതാണ് മദറിനു നല്കാവുന്ന ഏറ്റവും വലിയ ആദരവ്.

മദറിന്റെ സ്മരണയ്ക്കു മുമ്പിൽ ആദരാഞ്ജലികളർപ്പിക്കുന്നു.

മദർ തെരേസയുടെ ദേഹവിയോഗത്തിൽ അനുശോചിച്ചുകൊണ്ടു പുറപ്പെടുവിച്ച സന്ദേശം.

സി എച്ച് മുഹമ്മദ്കോയ: നിറപ്പകിട്ടാർന്ന വ്യക്തിത്വം

മുഹമ്മദ്കോയ ഇന്റർനാഷണൽ ഫൗണ്ടേഷൻ തയ്യാറാക്കിയ 'ഓർമ്മകളിലെ സി എച്ച്' എന്ന വീഡിയോ കാസറ്റിന്റെ പ്രകാശനം നടക്കുകയാണ്. സി എച്ച് മുഹമ്മദ്കോയയുടെ സംഭവബഹുലമായ ജീവിതത്തിന്റെ ദൃശ്യരൂപം രണ്ടു മണിക്കൂർ നീണ്ടുനില്ക്കുന്ന ഒരു കാസറ്റിൽ ഉൾക്കൊള്ളിച്ചിരിക്കുന്നതായി എനിക്ക് മനസ്സിലാക്കാൻ കഴിഞ്ഞു. പ്രതിഭാധനനായ രാഷ്ട്രീയ നേതാവിന്റെ ജീവിതകഥ വരുംതലമുറയ്ക്ക് മനസ്സിലാക്കിക്കൊടുക്കുന്നതിന് ഈ കാസറ്റ് പ്രയോജനപ്പെടുമെന്ന് ഞാൻ വിശ്വസിക്കുന്നു.

രാഷ്ട്രീയ നേതാവ്, പത്രപ്രവർത്തകൻ, സാഹിത്യകാരൻ, ഗ്രന്ഥകർത്താവ് തുടങ്ങി ജീവിതത്തിന്റെ വിവിധ തുറകളിൽ പ്രാഗത്ഭ്യം തെളിയിച്ച വ്യക്തിത്വത്തിന്റെ ഉടമയായിരുന്നു സി എച്ച് മുഹമ്മദ് കോയ.

എന്റെ ഓർമ്മ ശരിയാണെങ്കിൽ, കോഴിക്കോട് നഗരസഭയിൽ നിന്നാണ് മുഹമ്മദ്കോയയുടെ ജനപ്രാതിനിദ്ധ്യ ജീവിതം തുടങ്ങുന്നത്. പിന്നീട് നിയമസഭയിലേക്കും ലോകസഭയിലേക്കും അദ്ദേഹത്തിന്റെ സേവനം വ്യാപിച്ചു. നിയമസഭാദ്ധ്യക്ഷൻ, മന്ത്രി, ഉപമുഖ്യമന്ത്രി, മുഖ്യമന്ത്രി എന്നീ പദവികൾ അദ്ദേഹം അലങ്കരിച്ചിട്ടുണ്ട്.

ചന്ദ്രികയുടെ മുഖ്യപത്രാധിപർ എന്ന നിലയിൽ മുഹമ്മദ്കോയയിലെ പത്രപ്രവർത്തകൻ സ്ഥിരപ്രതിഷ്ഠ നേടി. ഹജ്ജ് യാത്രയെക്കുറിച്ചും മലേഷ്യൻ പര്യടനത്തെ സംബന്ധിച്ചുമുള്ള മുഹമ്മദ്കോയയുടെ ഗ്രന്ഥങ്ങൾ സഞ്ചാര സാഹിത്യകൃതികളിൽ എണ്ണപ്പെട്ടവയാണ്.

രാഷ്ട്രീയാതീതമായ സൗഹൃദം

സി എച്ച് മുഹമ്മദ്കോയയെക്കുറിച്ച് ഈ വേളയിൽ ഓർക്കുമ്പോൾ ആ ബഹുമുഖ പ്രതിഭയുമായി അടുത്തും അകന്നും പ്രവർത്തിച്ച ദിനങ്ങ

ളാണ് മനസ്സിൽ വരുന്നത്. രാഷ്ട്രീയ കാഴ്ചപ്പാടുകൾ വ്യത്യസ്തമായിരുന്നുവെങ്കിലും പല പൊതുപ്രശ്നങ്ങളിലും ഒരുമിച്ചുനിന്ന് പോരാടിയിട്ടുണ്ട്. സാമൂഹിക വികസന കാര്യങ്ങൾ കൈകാര്യം ചെയ്യുന്നതിൽ കക്ഷിരാഷ്ട്രീയ വ്യത്യാസം തടസ്സമായിട്ടില്ല. ഭിന്നിച്ചു നിന്നപ്പോൾ പരസ്പരം ശക്തമായ പോരാട്ടം നടത്തുന്നതിന് വ്യക്തിപരമായ സൗഹൃദം തടസ്സമായതുമില്ല. ഹൃദയപൂർവ്വമായ സൗഹൃദം എക്കാലത്തും കാത്തുസൂക്ഷിച്ച സഹൃദയനായ രാഷ്ട്രീയ പ്രവർത്തകനായിരുന്നു മുഹമ്മദ്കോയ.

രൂപത്തിലും ഭാവത്തിലും സുന്ദരനായിരുന്നു സി എച്ച് മുഹമ്മദ് കോയ. ഏതാണ്ട് മൂന്ന് പതിറ്റാണ്ടുകാലത്തെ അടുത്തപരിചയം ഞങ്ങൾ തമ്മിലുണ്ട്. തമ്മിൽ ഇണങ്ങിയും പിണങ്ങിയും പ്രവർത്തിച്ചിട്ടുണ്ട്. വ്യത്യസ്ത രാഷ്ട്രീയ നിലപാടുകളുടെ അടിസ്ഥാനത്തിലുള്ളതായിരുന്നു ഈ ഇണക്കവും പിണക്കവും. മുനിസിപ്പൽ കൗൺസിൽ അംഗം, *ചന്ദ്രിക* പത്രാധിപർ എന്നീ നിലകളിൽ പ്രവർത്തിച്ചിരുന്നനാൾ മുതൽ എം എൽ എ, എം പി, സ്പീക്കർ, മന്ത്രി, ഉപമുഖ്യമന്ത്രി, മുഖ്യമന്ത്രി എന്നീ നിലകളിൽ എത്തിച്ചേർന്ന കാലംവരെ അദ്ദേഹവുമായി അടുത്തിടപഴകാൻ എനിക്ക് സന്ദർഭം ലഭിച്ചിട്ടുണ്ട്.

നിറപ്പകിട്ടാർന്ന വ്യക്തിത്വം

നിറപ്പകിട്ടാർന്ന വ്യക്തിത്വത്തിന്റെ ഉടമയായ സി എച്ച് മുഹമ്മദ് കോയ വിവിധ മേഖലകളിൽ സ്വതഃസിദ്ധമായ നർമ്മബോധത്തോടെ ശ്രദ്ധേയനായി. നമ്മുടെ രാഷ്ട്രീയ – സാമൂഹിക – സാംസ്കാരിക മേഖലകളിൽ തനതായ സംഭാവനകൾ ചെയ്തു. സ്വസമുദായത്തിന്റെ ഉന്നമനമായിരുന്നു അദ്ദേഹം മുഖ്യലക്ഷ്യമായി കരുതിയിരുന്നത്.

സി എച്ച് മുഹമ്മദ്കോയയും ഞാനും തമ്മിൽ മറ്റെന്തിലുമുപരി ഉറച്ച സൗഹൃദബന്ധം നിലനിന്നിരുന്നു. ഈ സൗഹൃദബന്ധം കാത്തുസൂക്ഷിക്കുന്നതിൽ വളരെ ശ്രദ്ധാലുവായിരുന്നു മുഹമ്മദ്കോയ.

പ്രതിപക്ഷ നേതാവെന്ന നിലയ്ക്ക് പരിഹാരം കാണേണ്ട വിവിധ പ്രശ്നങ്ങൾ പ്രതിപാദിച്ചു കൊണ്ട് ഞാൻ മന്ത്രിമാർക്ക് എഴുതുമായിരുന്നു. അക്കൂട്ടത്തിൽ സി എച്ച് മുഹമ്മദ്കോയയ്ക്കും കത്തയയ്ക്കും. എന്നാൽ മുഹമ്മദ്കോയയിൽ നിന്നു കിട്ടുന്ന മറുപടിക്കത്ത് പൂർണ്ണമായും ഔദ്യോഗിക സ്വഭാവത്തിലുള്ളതായിരിക്കുകയില്ല. ടൈപ്പുചെയ്ത വരികൾക്കൊപ്പം തന്നെ ക്ഷേമം നേർന്നുകൊണ്ട് സ്വന്തം കൈപ്പടയിൽ ഏതാനും വാക്കുകൾ കൂടി ചേർക്കുമായിരുന്നു മുഹമ്മദ്കോയ.

സൗഹൃദത്തിന്റെ പ്രകാശരേണുക്കൾ വിതറുന്ന വാക്കുകളായിട്ടാണ് അന്നും ഇന്നും ഞാനിതിനെ കാണുന്നത്.

സി എച്ച് മുഹമ്മദ്കോയയുടെ നർമ്മബോധത്തെക്കുറിച്ച് പറയാൻ ഏറെയുണ്ട്. ഇന്ന് പ്രകാശനം ചെയ്യുന്ന *ഓർമ്മകളിലെ സി എച്ച്* എന്ന ടെലിഫിലിമിൽ ഞാനിക്കാര്യം പ്രതിപാദിച്ചിട്ടുണ്ട്.

1983 സെപ്തംബർ 28 നാണ് സി എച്ച് മുഹമ്മദ്കോയ നമ്മെ വിട്ടു പിരിഞ്ഞത്.

സി എച്ച് മുഹമ്മദ്കോയയുമായുണ്ടായിരുന്ന സൗഹൃദത്തിന്റെ സ്മരണ മനസ്സിൽ നിലനിർത്തിക്കൊണ്ട് അദ്ദേഹത്തിന്റെ ജീവിതത്തെ പ്രതിപാദിക്കുന്ന കാസറ്റ് ഞാൻ പ്രകാശനം ചെയ്യുന്നു.

'ഓർമ്മകളിലെ സി എച്ച്' എന്ന വീഡിയോ കാസറ്റിന്റെ പ്രകാശനം നിർവ്വഹിച്ചുകൊണ്ടുള്ള പ്രസംഗം.

സമർപ്പിത മനസ്കനായ കലാമണ്ഡലം പത്മനാഭൻ നായർ

കലയുടെ രംഗത്തെ ആചാര്യനെ ആദരിക്കുന്ന ചടങ്ങിൽ പങ്കെടുക്കാൻ കഴിയുന്നത് വളരെ ഹൃദ്യവും അഭിമാനകരവുമായ അനുഭവമാണ്.

കഥകളിയിലെ കല്ലുവഴിച്ചിട്ടയ്ക്ക് മികവും ഗാംഭീര്യവും പകർന്ന ശ്രേഷ്ഠനായ ആചാര്യനാണ് ശ്രീ. കലാമണ്ഡലം പത്മനാഭൻ നായർ. അദ്ദേഹത്തെ ആദരിക്കുമ്പോൾ കലാമണ്ഡലത്തിന്റെ മാത്രമല്ല, സാംസ്കാരിക കേരളത്തിന്റെയാകെത്തന്നെ അന്തസ്സ് ഉയരുകയാണ്.

ജീവിതത്തിലുടനീളം പൂർണ്ണ സമർപ്പണവും ഏകാഗ്രമായ ശ്രദ്ധയും ഉണ്ടായാലേ മികവൊത്ത കഥകളി നടനായോ കഥകളി ആചാര്യനായോ ഉയരാനാവൂ. അങ്ങനെ ജീവിതമാകെ ഇതിനുവേണ്ടി ഉഴിഞ്ഞുവച്ച മഹായശസ്തകരായ പ്രഗത്ഭമതികളെ ലണ്ടനിലും ന്യൂയോർക്കിലും മറ്റുമുള്ള സദസ്സുകൾ ആദരിക്കുന്നു.

പക്ഷേ, നമ്മുടെ നാട് അവരെ വേണ്ടത്ര അറിയുകയോ അംഗീകരിക്കുകയോ ചെയ്യാതിരിക്കുന്നു. ഇത് നിർഭാഗ്യകരമായ സ്ഥിതിവിശേഷമാണ്. സാംസ്കാരികമായി ഏറെ ഉയർന്നു നില്ക്കുന്നുവെന്ന് അഭിമാനിക്കുന്ന കേരളത്തിന് ചേർന്നതല്ല ഈ അവസ്ഥ.

ഈ അവസ്ഥയ്ക്ക് അറുതിയുണ്ടാക്കണമെന്ന് കേരള കലാമണ്ഡലം നിശ്ചയിച്ചു എന്നു കാണുന്നത് ശുഭോദർക്കമാണ്. സർവ്വാദരണീയരായ പല കഥകളി കലാകാരന്മാർക്കും നേർക്ക് വാതിൽ കൊട്ടിയടയ്ക്കുന്ന സ്ഥിതിയായിരുന്നു ഇടക്കാലത്ത് കലാമണ്ഡലത്തിലുണ്ടായിരുന്നത് എന്നാണ് ഞാനറിഞ്ഞിട്ടുള്ളത്.

സർഗ്ഗധനനായ കലാകാരൻ

ആ അവസ്ഥ അവസാനിക്കുകയും ആദരിക്കേണ്ടവരെ ആദരിക്കാ

നുള്ള സന്മനസ്സ് കലാമണ്ഡലം വീണ്ടും ആർജ്ജിക്കുകയും ചെയ്തിരിക്കുന്നു എന്നു കാണുന്നത് സന്തോഷകരമാണ്. കലാമണ്ഡലത്തിന്റെ സർവ്വതോമുഖമായ പുരോഗതിക്കുവേണ്ടി മലയാളത്തിന്റെ മഹാകവിയായ ഒ എൻ വിയുടെ അദ്ധ്യക്ഷതയിലുള്ള ഭരണസമിതി നടത്തുന്ന ഇത്തരം പ്രവർത്തനങ്ങൾക്ക് ഞാൻ എല്ലാ വിജയവും ആശംസിക്കുന്നു. ഗവൺമെന്റിന്റെ സർവ്വവിധ പിന്തുണയും ഉണ്ടാവുമെന്ന് ഉറപ്പുതരുന്നു.

അരങ്ങിലും കളരിയിലും ശോഭിച്ച കഥകളി വ്യക്തിത്വമാണ് ശ്രീ. കലാമണ്ഡലം പത്മനാഭൻ നായരുടേത്. കലാമണ്ഡലത്തിൽ നിലനില്ക്കുന്ന കല്ലുവഴിച്ചിട്ടയുടെ ഏറ്റവും ആധുനികമായ രൂപത്തിന്റെ ഉപജ്ഞാതാവായ പട്ടിക്കാംതൊടി രാവുണ്ണിമേനോന്റെ മകനും ശിഷ്യനുമായ പത്മനാഭൻ നായർ കഥകളിക്കളരിയിൽ നല്കിയ സംഭാവന അവിസ്മരണീയമാണ്.

കലാമണ്ഡലം ഗോപിയുൾപ്പെടെയുള്ള മഹാന്മാരായ നടന്മാരെ സൃഷ്ടിച്ച മഹാനായ ഗുരു, ശാസ്ത്രീയ ശിക്ഷണത്തിന്റെ കാര്യത്തിൽ സൂക്ഷ്മമായ നിഷ്കർഷത പുലർത്തിയ ആചാര്യൻ, ചിട്ടകളിലും കളരിയഭ്യസന കാര്യങ്ങളിലും പണ്ഡിതൻ, ശ്രദ്ധേയനായ നടൻ എന്നിങ്ങനെ വിവിധ മുഖങ്ങളുള്ള വ്യക്തിത്വത്തിന്റെ ഉടമയാണ് ശ്രീ. പത്മനാഭൻ നായർ.

ഗ്രന്ഥകാരൻ – ഗവേഷകൻ

കേരള ഭാഷാ ഇൻസ്റ്റിറ്റ്യൂട്ട് പ്രസിദ്ധീകരിച്ചതും രണ്ടു വാല്യങ്ങളുള്ളതുമായ *കഥകളിവേഷം* എന്ന ഗ്രന്ഥപരമ്പര അദ്ദേഹത്തിന്റെ പാണ്ഡിത്യത്തിന് വേണ്ടത്ര തെളിവു തരുന്നു.

കലാമണ്ഡലത്തിൽ അഭ്യസിച്ചുവരുന്ന കല്ലുവഴിച്ചിട്ടയുടെ കളരി അഭ്യാസക്രമം അദ്ദേഹം രേഖപ്പെടുത്തി. ആ വഴിയിൽ മറ്റൊരു ശ്രമവും നടന്നിട്ടില്ല എന്നത് ശ്രദ്ധേയമാണ്.

ആട്ടക്കഥകളുടെ ആട്ടപ്രകാരങ്ങൾ അദ്ദേഹം എഴുതിയത് പ്രസിദ്ധീകരണത്തിനായി കലാമണ്ഡലം ഏറ്റുവാങ്ങുകയാണ്. പട്ടിക്കാംതൊടി ഉപയോഗിച്ചിരുന്ന നോട്ട്ബുക്ക് പത്മനാഭൻ നായർ പകർത്തി എഴുതി കലാമണ്ഡലത്തെ ഏല്പിക്കുന്നുണ്ട്.

കഥകളിക്കുവേണ്ടി എത്രയേറെ സമർപ്പിതമായ മനസ്സിന്റെ ഉടമയാണ് പത്മനാഭൻ നായർ എന്ന് വ്യക്തമാക്കുന്നുണ്ട് അദ്ദേഹത്തിന്റെ ഇത്തരം സംരംഭങ്ങൾ.

ഇവ ഏറ്റുവാങ്ങാനും പ്രസിദ്ധീകരിക്കാനും കലാമണ്ഡലം താല്പര്യം കാട്ടി എന്നത് അഭിനന്ദനാർഹമാണ്. അക്കാദമിക് രംഗങ്ങളിലേക്കുകൂടി കലാമണ്ഡലത്തിന്റെ ശ്രദ്ധ വ്യാപിക്കുന്നു എന്നത് സന്തോഷകരമാണ്.

അരങ്ങിലും അണിയറയിലും

കളരിയിലും അരങ്ങിലും വ്യക്തിജീവിതത്തിലും ഒരുപോലെ ശുദ്ധി

പാലിച്ച കലാകാരനാണ് കലാമണ്ഡലം പത്മനാഭൻ നായർ. വ്യക്തിജീവിതവും കഥകളി ജീവിതവും ഒരുപോലെ സഫലമായത് ഈ ശുദ്ധി കൊണ്ടു കൂടിയാണ്. ഇതര കലാകാരന്മാർ അനുകരിക്കേണ്ടതാണ് ഈ ജീവിതശുദ്ധിയും അവിശ്രമമായ പ്രയ്തനവും.

കലാമണ്ഡലം പത്മനാഭൻ നായരുടെ വ്യക്തിത്വത്തെ രൂപപ്പെടുത്തിയത് നാട്യാചാര്യനായ അദ്ദേഹത്തിന്റെ പിതാവു കാട്ടിയ ശ്രദ്ധ, കലാമണ്ഡലത്തിലെ കടുത്ത ശിക്ഷണം, ദീർഘകാലത്തെ നിരന്തര അഭ്യാസം, ചിട്ടയൊത്ത സ്വഭാവ രൂപവല്കരണം, വള്ളത്തോളിന്റെ സവിശേഷ വാത്സല്യം എന്നിവയൊക്കെയാണ്.

ഇതുപോലുള്ള അനുകൂല സാഹചര്യങ്ങൾ പുതിയ കലാകാരന്മാർക്കും ലഭ്യമാക്കേണ്ടതുണ്ട്. ആ വഴിക്ക് കലാമണ്ഡലം ശ്രദ്ധിക്കുമെന്ന് കരുതുന്നു.

നാലു പതിറ്റാണ്ടോളം കലാമണ്ഡലത്തിൽ അദ്ധ്യാപകനായിരുന്ന ശേഷം പ്രിൻസിപ്പൽ സ്ഥാനമേറ്റെടുക്കുകയും ആ സ്ഥാനം വഹിക്കേ പിരിഞ്ഞുപോവുകയും ചെയ്ത പത്മനാഭൻ നായർക്ക് കലാമണ്ഡലം ഒരർത്ഥത്തിൽ സ്വന്തം തറവാടു തന്നെയാണ്.

ആ കലാമണ്ഡലവും അദ്ദേഹത്തിന്റെ ശിഷ്യന്മാരും ആസ്വാദകരും ചേർന്ന് അദ്ദേഹത്തെ ആദരിക്കുകയാണ്. ആ ആദരവിന്റെ പ്രതീകമായ വീരശൃംഖല ഞാൻ അദ്ദേഹത്തെ അണിയിക്കുന്നു. അദ്ദേഹത്തിന്റെ വിലപ്പെട്ട സേവനം കഥകളി രംഗത്തിന് ഇനിയും ദീർഘകാലം ലഭ്യമാവട്ടെ എന്ന് ആശംസിക്കുന്നു. അദ്ദേഹത്തെ അഭിനന്ദിക്കുന്നു.

പ്രഗത്ഭനായ സാരഥി

'കേളിയേറും കലകൾക്കൊരു തിരുവരങ്ങ്' എന്ന് തന്റെ കവിതയിലൂടെ നേരത്തെതന്നെ കലാമണ്ഡലത്തെ നിർവ്വചിച്ച കവി, ഒ എൻ വിയാണ് ഇന്ന് കലാമണ്ഡലത്തെ നയിക്കുന്നത്. കലാമണ്ഡലത്തെ പണ്ടേ തന്നെ സ്വന്തം മനസ്സിൽ കുടിയിരുത്തിയ കവി. അദ്ദേഹത്തെപ്പോലൊരാളെ കലാമണ്ഡലത്തിന്റെ അദ്ധ്യക്ഷസ്ഥാനത്തേക്ക് ലഭിച്ചത് ഈ സ്ഥാപനത്തിന്റെ ഭാഗ്യമാണെന്നു പറയണം. അദ്ദേഹത്തിന്റെ നേതൃത്വത്തിൽ വള്ളത്തോളിന്റേതിന് സമാനമായ ഒരു സുവർണ്ണകാലത്തേക്ക് കലാമണ്ഡലം വളരട്ടെ എന്ന് ഞാൻ ആശംസിക്കുന്നു.

ഒരിക്കൽ വള്ളത്തോളിന്റെ പരിലാളനങ്ങളാൽ ദേശാന്തര പ്രശസ്തിയിലേക്കുയർന്ന സ്ഥാപനമാണ് കലാമണ്ഡലം. ക്ലാസിക്കൽ കലകളെ, പ്രത്യേകിച്ചു കഥകളിയെ പരിപോഷിപ്പിക്കുക എന്നത് അദ്ദേഹത്തിന് ജീവിതത്തിന്റെ ഭാഗം തന്നെയായിരുന്നു. കലാമണ്ഡലം എന്ന വാക്ക് വിദേശ സാംസ്കാരിക വൃന്ദങ്ങളിലാകെ പരിചിതമായത് അത്തരം പ്രവർത്തനങ്ങളുടെ ഫലമായിട്ടായിരുന്നു.

ഇടയ്ക്കു ചില വർഷങ്ങളിൽ കലാമണ്ഡലത്തിൽപ്പോലും ചില അനാരോഗ്യകരമായ പ്രവണതകൾ കടന്നുകൂടി. അതേത്തുടർന്ന് ആദരണീയരായ നമ്മുടെ പല പ്രഗത്ഭ കഥകളി കലാകാരന്മാർക്കും കലാമണ്ഡലം അന്യമായി. ആ അവസ്ഥയ്ക്ക് അറുതി കുറിക്കാനും വള്ളത്തോളിന്റെ കാലത്തെ സൗവർണ്ണ ദീപ്തിയിലേക്ക് കലാമണ്ഡലത്തെ പുനരാനയിക്കാനും കഴിയട്ടെ എന്ന് ആശംസിക്കുന്നു.

കലമാണ്ഡലം പത്മനാഭൻ നായർക്ക് വീരശൃംഖല നല്കിക്കൊണ്ട് കലാമണ്ഡലത്തിൽ ചെയ്ത പ്രസംഗം.

ഓർമ്മകളിലെ
എം എസ് ദേവദാസ്

സുഹൃത്തുക്കളുടെ ഇടയിൽ 'ബാബു' എന്ന പേരിലറിയപ്പെട്ടിരുന്ന എം എസ് ദേവദാസ് അവിഭക്ത കമ്യൂണിസ്റ്റ് പാർട്ടിയിൽത്തന്നെ ശ്രദ്ധേയനായ സൈദ്ധാന്തികനെന്ന നിലയിൽ സ്ഥാനം നേടിയിരുന്നു. സാഹിത്യരംഗത്തെയും രാഷ്ട്രീയ രംഗത്തെയും വാദവിവാദങ്ങളിൽ പാർട്ടിയുടെ ഭാഗത്തുനിന്ന് സജീവമായി പങ്കെടുത്ത വ്യക്തിയായിരുന്നു അദ്ദേഹം.

ഇന്നത്തെപ്പോലെ പ്രസിദ്ധീകരണങ്ങളുടെ പ്രളയം വന്നിട്ടില്ലാത്ത അക്കാലത്ത് ബൂർഷ്വാ മാധ്യമങ്ങളിൽ ദേവദാസിന്റെ ലേഖനങ്ങൾക്കും ഇ എം എസിന്റെ ലേഖനങ്ങൾക്കും മറുപടി എഴുതിയിരുന്നവർ ഇവരുടെ അഭിപ്രായങ്ങളെ പലപ്പോഴും പ്രകോപനപരമാംവിധം വളച്ചൊടിച്ചാണ് ചിത്രീകരിച്ചിരുന്നത്.

എന്നാൽ എത്രതന്നെ പ്രകോപിതമായ അവസ്ഥയിലും സൗമ്യമായി തന്റെ വാദമുഖം അവതരിപ്പിക്കാനും എതിർവാദത്തെ ഖണ്ഡിക്കാനും ദേവദാസിന് അനായാസം കഴിഞ്ഞിരുന്നു. സെക്ടേറിയൻ വാദഗതികൾക്ക് ചിലരൊക്കെ അടിമപ്പെട്ടിരുന്ന ഒരു ഘട്ടത്തിൽ സർഗ്ഗാത്മക സൃഷ്ടികളെ വിലയിരുത്തുമ്പോൾ അങ്ങനെയൊരബദ്ധം വരാതിരിക്കാൻ എം എസ് ദേവദാസ് ആദ്യം മുതലേ ശ്രദ്ധിച്ചിരുന്നതായി കാണാം. സാഹിത്യരംഗത്ത് ഉദാരമായ ഒരു സമീപനം അദ്ദേഹം നിലനിർത്തി.

ചരിത്രശാഖയിലെ ബൃഹദ്ഗ്രന്ഥം

സാഹിത്യപ്രധാനങ്ങളായ അദ്ദേഹത്തിന്റെ കുറേ ലേഖനങ്ങൾ ചിന്ത പബ്ലിഷേഴ്സ് പുസ്തക രൂപത്തിൽ പ്രസിദ്ധീകരിച്ചിട്ടുണ്ട്. (എന്നാൽ പ്രസിദ്ധീകരിച്ചതിലധികം പ്രസിദ്ധപ്പെടുത്താൻ ബാക്കി കിടക്കുന്നു) അവയെല്ലാംതന്നെ മലയാളത്തിലെ മാർക്സിസ്റ്റ് സൗന്ദര്യാത്മക വിമർശന

ശാഖയ്ക്ക് കിടയറ്റ മുതൽക്കൂട്ടാണ്. മാർക്സിയൻ സാഹിത്യ നിരൂപണ രംഗത്തെ തെളിവെളിച്ചമാണ് അവയിൽനിന്നു പ്രസരിക്കുന്നത്.

ലോക കമ്യൂണിസ്റ്റ് പ്രസ്ഥാനത്തിന്റെ ചരിത്രം എന്നൊരു ബൃഹദ് ഗ്രന്ഥം ദേവദാസ് എഴുതിയിട്ടുണ്ട്. 1980 നും 1983 നും ഇടയ്ക്ക് നാലു വാല്യങ്ങളായി പ്രസിദ്ധീകരിച്ച ആ ഗ്രന്ഥം പ്രസ്ഥാന ചരിത്രശാഖയെ സമ്പന്നമാക്കുന്ന മൗലികകൃതിയാണ്. മറ്റേതെങ്കിലും ഇന്ത്യൻ ഭാഷകളിൽ ഇതിനു സമാനമായ ഒരു കൃതി ഇറങ്ങിയിട്ടുള്ളതായി അറിവില്ല. ഒരു വ്യക്തി സ്വന്തം നിലയ്ക്ക് ഇത്തരമൊരു കൃതി ഇറക്കിയെന്നതുതന്നെ അത്ഭുതമാണ്. സാധാരണ നിലയിൽ കുറച്ചധികം ആളുകൾ കൂട്ടായി ഏറ്റെടുത്ത് സമയബന്ധിതമായി പൂർത്തിയാക്കുകയാണ് ഇത്തരം ദൗത്യങ്ങൾ. അത്തരമൊരു സംയുക്ത പ്രവർത്തനത്തിനു പോലും ഇത്തരമൊരു ബൃഹദ്കൃതി പൂർത്തിയാക്കുക ശ്രമകരമാണ്. എന്നാൽ ഈ മഹത്തായ ജോലി ഒറ്റയ്ക്ക് ഏറ്റെടുത്ത് പൂർത്തിയാക്കുകയാണ് ദേവദാസ് ചെയ്തത്. തന്റെ ജീവിതത്തിന്റെ അന്ത്യഘട്ടത്തിലാണ് സ്വയം തെരഞ്ഞെടുത്ത ഈ ദൗത്യം അദ്ദേഹം പൂർത്തിയാക്കിയത്. അദ്ദേഹത്തിന്റെ അർപ്പണബോധവും അവിശ്രമ പരിശ്രമത്തിനുള്ള സന്നദ്ധതയും ഇതിൽ തെളിഞ്ഞു കാണാം.

ചിന്ത പബ്ലിഷേഴ്സ് ഈ ഗ്രന്ഥം 1987 ൽ പ്രസിദ്ധീകരിച്ചു. എന്നാൽ പുസ്തകത്തിനോ ഗ്രന്ഥകർത്താവിനോ അർഹമായ അംഗീകാരം ലഭിച്ചെന്നു പറയാനാവില്ല. കമ്യൂണിസ്റ്റ് പ്രസ്ഥാനത്തിന്റെ ചരിത്രമായതിനാൽ ബൂർഷ്വാ മാധ്യമങ്ങളും സാഹിത്യകാരന്മാരും അതിനെ അവഗണിക്കാനാണ് താല്പര്യം കാട്ടിയത്. അതിന്റെ പ്രാധാന്യം മനസ്സിലാക്കാനവർക്ക് കഴിഞ്ഞിട്ടില്ല. പാർട്ടി പ്രവർത്തകരിൽ പലരുമാവട്ടെ എല്ലായ്പ്പോഴും ചരിത്രം രേഖപ്പെടുത്തുന്നതിനേക്കാൾ ചരിത്രം സൃഷ്ടിക്കുന്നതിൽ വ്യാപൃതരായതിനാൽ ദേവദാസിന്റെ സംഭാവനയുടെ മഹത്വം മനസ്സിലാക്കി അതിനെ വേണ്ടവിധത്തിൽ ഉപയോഗപ്പെടുത്തിയതുമില്ല.

ആശയമാകുന്ന ആയുധം കൊണ്ടുള്ള മറുപടി

ബൂർഷ്വാ ചരിത്രകാരന്മാർ ഇ എം എസിന്റെ ചരിത്രവീക്ഷണത്തെയും ചരിത്രം എഴുതാൻ ഇ എം എസിനെ പോലുള്ളവർക്കുള്ള അർഹതയെയും ചോദ്യം ചെയ്യുകയാണിപ്പോൾ. ബൂർഷ്വാ മാധ്യമങ്ങൾ അതിനു ധാരാളം കോളങ്ങളും ചെലവഴിക്കുന്നു.

പുന്നപ്ര വയലാർ സമരവും തെലുങ്കാന സമരവും സ്വാതന്ത്ര്യ സമരത്തിന്റെ ഭാഗമല്ലെന്ന് അവർ ശഠിക്കുന്നു. കമ്യൂണിസ്റ്റുകാർ ചരിത്രം വളച്ചൊടിക്കുകയാണെന്ന് അവർ പറയുന്നു. വാസ്തവത്തിൽ അവരാണ് ചിത്രം വളച്ചൊടിക്കുന്നത്.

കമ്യൂണിസ്റ്റുകാരൻ ചരിത്രമെഴുതിക്കൂടാ, സ്വാതന്ത്ര്യസമരത്തെപ്പറ്റി അഭിപ്രായം പറഞ്ഞുകൂടാ (അതിൽ നേരിട്ട് പങ്കെടുത്തിട്ടുള്ള ആളായാലും), ഗാന്ധിജിയെപ്പറ്റി സംസാരിച്ചുകൂടാ എന്നൊക്കെയൊണല്ലോ

ചില അക്കാദമിക് ചരിത്ര പണ്ഡിതന്മാർ എന്നു പറയുന്നവർ പറയുന്നത്. ഇത്തരം വാദങ്ങൾക്കെല്ലാം എം എസ് ദേവദാസ് പണ്ടുകാലത്തേ എതിരാളികളുടെ വായടയ്ക്കുന്ന തരത്തിലുള്ള മറുപടി എഴുതിയിട്ടുണ്ട്. അവയെല്ലാംതന്നെ സമാഹരിക്കേണ്ടതും പഠിക്കേണ്ടതും പുതിയ സാഹചര്യത്തിൽ തൊഴിലാളി വർഗ്ഗത്തിന്റെ പോരാട്ടം ശക്തിപ്പെടുത്തുന്നതിന് അത്യന്താപേക്ഷിതമാണ്.

തൊഴിലാളിവർഗ്ഗ പ്രസ്ഥാനം നേരിടുന്ന വിമർശനങ്ങളെ അതിശക്തമായി നേരിടാൻ വേണ്ട ആശയത്തിന്റെ ആയുധങ്ങൾകൊണ്ട് സമ്പന്നമാണ് എഴുത്തിനും ചിന്തയ്ക്കും പഠനത്തിനുമായി ജീവിതം ഉഴിഞ്ഞുവച്ച എം എസ് ദേവദാസിന്റെ പല കൃതികളും.

മാർക്സിസത്തിലേയും സാഹിത്യത്തിലേയും സൈദ്ധാന്തികൻ

മാർക്സിസ്റ്റ് ദർശനത്തിൽ അങ്ങേയറ്റം അവഗാഹം നേടിയ ദേവദാസ് സാധാരണ പാർട്ടി പ്രവർത്തകർക്കും വിദ്യാർത്ഥികൾക്കും വായിച്ചു മനസ്സിലാക്കാനാവുന്ന വിധം ലളിതമായി എഴുതിയിട്ടുള്ള പുസ്തകമാണ് *മാർക്സിസ്റ്റ് ദർശനം*. 1988 ൽ ചിന്ത പബ്ലിഷേഴ്സ് പ്രസിദ്ധീകരിച്ച ഈ ഗ്രന്ഥം മാർക്സിസ്റ്റ് ദർശനത്തെ സമഗ്രമായി പ്രതിപാദിക്കുന്ന പാഠപുസ്തകം തന്നെയാണ്. ഇതും നാം വേണ്ടത്ര ഉപയോഗപ്പെടുത്തിയിട്ടില്ല.

ദേവദാസിന്റെ ഈ ദൃശകൃതികളെല്ലാം തന്നെ മാർക്സിസ്റ്റ് സാഹിത്യത്തെ മാത്രമല്ല മലയാള ഭാഷയെയും സാഹിത്യത്തെയും വളരെ സമ്പന്നമാക്കിയിട്ടുണ്ടെന്ന് സത്യസന്ധനായ ഏതൊരു ഭാഷാ സാഹിത്യ ചരിത്രകാരനും സമ്മതിക്കും. *ലോക കമ്യൂണിസ്റ്റ് പ്രസ്ഥാനത്തിന്റെ ചരിത്രം* പോലുള്ള കൃതികൾ ഒറ്റയ്ക്ക് രചിക്കാൻ കഴിഞ്ഞത് ദേവദാസിലുള്ള നവോത്ഥാന ഘടകത്തെയും രാഷ്ട്രീയവീര്യത്തെയും ഒരുപോലെ വിളംബരം ചെയ്യുന്നു.

ദേവദാസിന്റെ പ്രത്യേകതകൾ

1971 ൽ *ദേശാഭിമാനി* സ്റ്റഡി സർക്കിളിന്റെ രൂപീകരണത്തിനു വഴിവെച്ച ഏലംകുളം സമ്മേളനത്തിൽ ദേവദാസ് മൂന്നു ദിവസവും ഉണ്ടായിരുന്നു. ചൂടുപിടിച്ച സാഹിത്യ ചർച്ചകൾക്കിടയിൽ നിലത്ത് പായ വിരിച്ചു കിടന്നതും ഊണു കഴിക്കുമ്പോഴും സാഹിത്യം ചർച്ച ചെയ്തിരുന്നതും ഓർക്കുന്നു.

ദേവദാസിന് ഊണുകഴിക്കാൻ പാൽ വേണം. "ബാബുവിന് ചോറിന് അല്പം പാൽ വേണം." സ്വാഗത സംഘക്കാരെ അത് ഓർമ്മിപ്പിച്ചത് ഇ എം എസ് തന്നെയായിരുന്നു. സ്വാഗതസംഘക്കാർ ആർക്കെങ്കിലും പ്രത്യേക ഭക്ഷണം വേണമോ എന്നാവർത്തിച്ചെങ്കിലും ദേവദാസ് തന്റെ ആവശ്യം പറഞ്ഞിരുന്നില്ല. ഇ എം എസ് ഓർമ്മിപ്പിച്ചില്ലായിരുന്നെങ്കിൽ ആരും അത് അറിയുമായിരുന്നില്ല. തന്റെ ഇത്തരം ശീലങ്ങൾ പറയാൻ അദ്ദേഹത്തിന് മടിയായിരുന്നു. പാലില്ലാതെ ഭക്ഷണം കഴിച്ചാൽ അദ്ദേഹം വല്ലാതെ വിഷമിക്കുമായിരുന്നുവെന്ന് പിന്നീട് അറിഞ്ഞു.

മറവി അദ്ദേഹത്തിന്റെ ദൗർബല്യമായിരുന്നു. കത്തു പോസ്റ്റു ചെയ്യുന്നതിനു പകരം പേന പോസ്റ്റ് ചെയ്ത് മടങ്ങിവന്ന ഒരു കഥയുണ്ട്. കഥയല്ല, ഞാൻ ദൃക്സാക്ഷിയായ സംഭവമാണ്. പോസ്റ്റ് ചെയ്യേണ്ടതു കത്താണെന്ന കാര്യം മറന്ന് പേന പോസ്റ്റ് പെട്ടിയിലിട്ടു ദേവദാസ്. അങ്ങനെ എത്രയെത്ര സംഭവങ്ങൾ!

സൈദ്ധാന്തികൻ, സാഹിത്യ വിമർശകൻ, അർപ്പണബോധമുള്ള രാഷ്ട്രീയ നേതാവ് എന്നിങ്ങനെ പല നിലകളിൽ ശ്രദ്ധേയനായിരുന്നു എം എസ് ദേവദാസ്.

എം എസ് ദേവദാസിനെ അനുസ്മരിച്ചെഴുതിയ ലേഖനം – 1998.

കെ ആർ നാരായണൻ: കേരളത്തിന്റെ മഹാനായ പുത്രൻ

ഇന്ത്യയുടെ പതിനൊന്നാമത്തെ രാഷ്ട്രപതിയായി കേരളത്തിന്റെ അഭിമാനമായ ശ്രീ. കെ ആർ നാരായണൻ ഇന്ന് സത്യപ്രതിജ്ഞ ചെയ്ത് അധികാരമേല്ക്കുകയാണ്.

കേരള സംസ്ഥാനത്തിനും കേരള ജനതയ്ക്കും അവിസ്മരണീയവും അഭിമാനകരവുമായ ഒരു ചരിത്രമുഹൂർത്തമാണിത്. നാടിന്റെ പൊതുവായ സന്തോഷം ഈ നിയമസഭയിലും തുളുമ്പി നില്ക്കുകയാണ്.

നമ്മുടെ രാഷ്ട്രത്തിന്റെ യശസ്സും ജനതയുടെ ജനാധിപത്യബോധവും അന്താരാഷ്ട്രതലത്തിൽ വീണ്ടും ഒരിക്കൽകൂടി അംഗീകരിക്കപ്പെടുകയാണ് ശ്രീ. കെ ആർ നാരായണന് അനുകൂലമായ ജനവിധിയിലൂടെ. ജനങ്ങളുടെ ഉയർന്ന ചിന്താനിലവാരത്തിന്റെയും സാംസ്കാരിക ബോധത്തിന്റെയും പ്രതിഫലനമാണ് മുമ്പില്ലാത്തത്ര വലിയ വോട്ടു മൂല്യം നേടി ശ്രീ. കെ ആർ നാരായണൻ രാഷ്ട്രപതി സ്ഥാനത്തേക്കുയർന്നു എന്നത്.

നമ്മുടെ രാഷ്ട്രപിതാവായ മഹാത്മാഗാന്ധിക്ക് രാഷ്ട്രത്തെയും രാഷ്ട്രപതിയെയും സംബന്ധിക്കുന്നതായ മഹത്തായ ഒരു സങ്കല്പമുണ്ടായിരുന്നു. സ്വാതന്ത്ര്യലബ്ധിയുടെ അമ്പതാം വാർഷികാഘോഷം നടക്കുന്ന ഈ വേളയിൽ സ്വാതന്ത്ര്യസങ്കല്പത്തിന് അർത്ഥഗാംഭീര്യം നല്കുംവിധം രാഷ്ട്രപിതാവിന്റെ സ്വപ്നം യാഥാർത്ഥ്യമായിരിക്കുകയാണ്. 90 കോടിയിലേറെ വരുന്ന ഇന്ത്യൻ ജനതയുടെ സ്വപ്നം സഫലമായിരിക്കുകയാണ്.

മഹത്വപൂർണ്ണമായ വിജയം

നമ്മുടെ ചരിത്രത്തിന്റെ ഇന്നലെകളിൽ സാമൂഹികമായി അന്ധകാരാവൃതമായ ഒരു ഘട്ടമുണ്ടായിരുന്നു. കിരാതവും മനുഷ്യത്വരഹിതവു

മായ ഘട്ടം. ആ ഇരുണ്ട ഘട്ടത്തോട് വിടപറഞ്ഞ് മനുഷ്യത്വപൂർണ്ണമായ ഒരു ചൈതന്യത്തിന്റെയും സമഭാവനയുടെയും ദീപ്തമായ കാലത്തിലേക്ക് ഇന്ത്യ കടക്കുകയാണ്. അക്കാര്യം ലോകത്തിന് ബോദ്ധ്യപ്പെടുത്തിക്കൊടുക്കുന്നതു കൂടിയാണ് ശ്രീ. കെ ആർ നാരായണന്റെ മഹത്വപൂർണ്ണമായ വിജയം.

പ്രശസ്ത കവി പുതുശ്ശേരി രാമചന്ദ്രൻ രചിച്ച 'കേരളത്തിന്റെ അഭിവാദ്യം' എന്ന കവിതയിലെ ചില വരികൾ ഉദ്ധരിക്കുന്നത് ഇവിടെ പ്രസക്തമാണെന്ന് ഞാൻ കരുതുന്നു:

"ഞങ്ങളൊരു കോണിലൊറ്റപ്പെടുന്നവർ
ഞങ്ങളൊടുവിലെ അപ്പം ലഭിക്കുവോർ
ഞങ്ങൾ വനരോദനങ്ങളായ്ത്തീരുവോർ
ഞങ്ങൾ അകലെ അയിത്തമായി മാറിയോർ"

അങ്ങനെ ഒരു കോണിൽ ഒതുക്കപ്പെട്ട കേരളീയരിൽ നിന്നൊരാൾ രാഷ്ട്രപതി സ്ഥാനത്തേക്ക് ഉയരുമ്പോൾ കേരളീയരുടെ മനസ്സ് എങ്ങനെ സന്തോഷംകൊണ്ട് നിറയാതിരിക്കും. അതുകൊണ്ട് പുതുശ്ശേരിയുടെ തന്നെ വാക്കുകൾ വീണ്ടും ഉദ്ധരിക്കട്ടെ:

"മംഗളം നേരുന്നു കേരളം; അങ്ങേക്കു
തുംഗപീഠാധിപനാകും പ്രിയങ്കരാ"

വൈവിദ്ധ്യമാർന്ന വ്യക്തിപ്രഭാവം

ഏതെങ്കിലും ഒരു കക്ഷിയുടെ സ്ഥാനാർത്ഥിയായല്ല, ഇന്ത്യൻ ജനതയുടെ, അവരെ പ്രതിനിധീകരിക്കുന്ന മിക്കവാറും എല്ലാ രാഷ്ട്രീയകക്ഷികളുടെയും പൊതുസമ്മതനായ സ്ഥാനാർത്ഥിയായാണ് ശ്രീ. കെ ആർ നാരായണൻ ഉയർന്നുവന്നത്. അതുകൊണ്ടുതന്നെ ഏറ്റവും കൂടുതൽ വോട്ടുമൂല്യം (94.97%) അദ്ദേഹത്തിനു ലഭിച്ചു. ഇന്ത്യയിലങ്ങോളമിങ്ങോളം അദ്ദേഹത്തിന് ലഭിച്ച സ്വീകാര്യതയ്ക്ക് നിദർശനമാണിത്. ഇതിൽ കേരളത്തിന് പ്രത്യേകമായി അഭിമാനിക്കാൻ വകയുണ്ട്.

പത്രപ്രവർത്തകൻ, നയതന്ത്രജ്ഞൻ, കേന്ദ്രമന്ത്രി, അക്കാദമിഷ്യൻ, വൈസ് ചാൻസലർ തുടങ്ങി വൈവിദ്ധ്യമാർന്ന രംഗങ്ങളിൽ വ്യാപരിക്കുകയും അവയിലോരോന്നിലും തന്റെ സവിശേഷമായ വ്യക്തിമുദ്രയുടെ പ്രകാശം പ്രതിഫലിപ്പിക്കുകയും ചെയ്ത കേരളത്തിന്റെ മഹാനായ ഈ മകൻ, ഇന്ത്യയുടെ പ്രഥമ പൗരനായി ഉയരുന്ന ഈ നിമിഷം അഭിമാനത്തിന്റെ, ചാരിതാർത്ഥ്യത്തിന്റെ, സാഫല്യത്തിന്റെ നിമിഷമാണ്. കേരളത്തിന്റെ ഈ സന്തോഷം നമ്മുടെ നിയമസഭയുടെ സന്തോഷമാണ്. നമ്മുടെ ഓരോരുത്തരുടെയും സന്തോഷമാണ്.

ചരിത്രത്തിലെ നാഴികക്കല്ല്

ഇന്ത്യൻ ജനാധിപത്യത്തിന്റെ ചരിത്രത്തിലെ സുപ്രധാനമായ നാഴി

കക്കല്ലാണ് സാധാരണക്കാരനെങ്കിലും അസാധാരണ വ്യക്തിത്വത്തിനുടമയായ ശ്രീ. കെ ആർ നാരായണൻ ഇന്ത്യയുടെ പരമോന്നത സ്ഥാനത്തേക്ക് ഉയർത്തപ്പെട്ടു എന്നത്.

ഇന്ത്യാക്കാർക്ക് പൊതുവിലും മലയാളികൾക്ക് പ്രത്യേകിച്ചും സന്തോഷത്തിന്റെയും അഭിമാനത്തിന്റെയും നിമിഷങ്ങളാണിത്. ചരിത്രപ്രധാനമായ ഈ വിജയം മുൻനിർത്തി ഇന്ത്യയുടെ പ്രഥമ പൗരനെ ആത്മാർത്ഥമായി ഞാൻ അഭിനന്ദിക്കുന്നു, അനുമോദിക്കുന്നു. കേരളീയരുടെയാകെ ആഹ്ലാദം അദ്ദേഹത്തെ അറിയിക്കുന്നു.

ഇന്ത്യയുടെ ഭരണഘടനയുടെയും അത് ഉറപ്പു നല്കുന്ന സ്വാതന്ത്ര്യം, ജനാധിപത്യം, മതനിരപേക്ഷത എന്നീ മഹനീയമൂല്യങ്ങളുടെയും കാവലാളായിരിക്കും ശ്രീ. കെ ആർ നാരായണൻ എന്ന് ഈ രാഷ്ട്രത്തിന് ഉറപ്പുണ്ട്. ജനതയുടെ ആ വിശ്വാസത്തിന്റെ അചഞ്ചലമായ ദാർഢ്യമാണ് മഹത്തായ ഈ വിജയത്തിൽ പ്രതിഫലിച്ചു കാണുന്നത്.

കാലത്തിന്റെ പ്രത്യേകത

ഒരു പ്രത്യേക അന്താരാഷ്ട്ര സാഹചര്യം നിലനില്ക്കുമ്പോഴാണ് ഇന്ത്യയുടെ നായകസ്ഥാനം ശ്രീ. കെ ആർ നാരായണൻ ഏറ്റെടുക്കുന്നത്.

സോവിയറ്റ് യൂണിയന്റെ തകർച്ചയോടെ സാർവ്വദേശീയ ശക്തിബന്ധങ്ങളിൽ ഉണ്ടായ മാറ്റം അതിനെത്തുടർന്ന് വികസ്വര – മൂന്നാം ലോകരാജ്യങ്ങൾ സാമ്പത്തിക പരമാധികാരമടക്കമുള്ള രംഗങ്ങളിൽ നേരിടുന്ന വെല്ലുവിളികൾ, പുത്തൻ സാമ്രാജ്യത്വ അധിനിവേശങ്ങൾക്കുള്ള പരോക്ഷ നീക്കങ്ങൾ എന്നിവ ഈ കാലഘട്ടത്തിന്റെ പ്രത്യേകതകളാണ്. ഇത്തരം വെല്ലുവിളികളുടേതായ ഘട്ടത്തിൽ കാറ്റിലും കോളിലും പെടാതെ ഇന്ത്യയെ നേർമാർഗ്ഗത്തിലൂടെ നയിക്കാൻ അദ്ദേഹത്തിന്റെ നേതൃത്വത്തിന് കഴിയുമെന്ന് എനിക്കുറപ്പുണ്ട്.

രാഷ്ട്രഐക്യം, ജനതയുടെ ഒരുമ, ഭൂമിശാസ്ത്രപരമായ അവിച്ഛിന്നത, പരമാധികാരം എന്നിവയാകെ ഉയർത്തിപ്പിടിക്കുന്ന സേവനനിരതമായ ഒരു ഭാവി അദ്ദേഹത്തിന് ആശംസിക്കുന്നു.

സാർവ്വദേശീയ രംഗങ്ങളിൽ ഇന്ത്യയുടെ അഭിമാനവും യശസ്സും കൂടുതൽ ഉയർത്തിപ്പിടിക്കാൻ അദ്ദേഹത്തിന്റെ കരുത്തുറ്റ നേതൃത്വത്തിനു കഴിയും. ഇന്ത്യ ആ നേതൃത്വത്തിന് കീഴിൽ എല്ലാ ഛിദ്രവാസനകളെയും അതിജീവിച്ച് ഐക്യത്തോടെ വെല്ലുവിളികളെ മറികടക്കും.

ആഭ്യന്തരരംഗങ്ങളിലും ഇന്ത്യ പുതുമയുള്ള ഒരു ഘട്ടത്തിലൂടെയാണ് കടന്നുപോകുന്നത്. ഏകകക്ഷി ഭരണത്തിന്റെ സാദ്ധ്യതകൾ മങ്ങുകയും ബഹുകക്ഷി ഭരണസംവിധാനമെന്ന യാഥാർത്ഥ്യത്തിലേക്ക് ഇന്ത്യ നീങ്ങുകയും ചെയ്തിരിക്കുന്നു.

ഈ മാറ്റത്തിന്റെ ഘട്ടത്തിൽ ചില ബാലാരിഷ്ടതകൾ സ്വാഭാവികമാണ്. സ്വാഭാവികമായുണ്ടാകുന്ന ഇത്തരം അസാധാരണത്വങ്ങളും ശ്രീ.

കെ ആർ നാരായണന് സ്വന്തം കെല്പു തെളിയിക്കാനുള്ള അവസരമൊരുക്കുമെന്നതു തീർച്ചയാണ്.

ജനങ്ങൾ പകർന്നുകൊടുത്ത പിന്തുണ അദ്ദേഹത്തിന് എല്ലാ വെല്ലുവിളികളെയും അതിജീവിച്ച് ഇന്ത്യയെ നന്മയിലേക്കും പുരോഗതിയിലേക്കും നയിക്കാൻ വേണ്ട കരുത്തു പകരും.

ഈ രാഷ്ട്രത്തിന്റെ പുതിയ രാഷ്ട്രപതിയായ ശ്രീ. കെ ആർ നാരായണനെ ഞാൻ ആഹ്ലാദപൂർവ്വം അഭിമാനപൂർവ്വം അഭിനന്ദിക്കുന്നു, അനുമോദിക്കുന്നു. ഈ സഭയുടെ സന്തോഷത്തിൽ ഹൃദയപൂർവ്വം ഞാനും പങ്കു ചേരുന്നു.

II

കേരള നിയമസഭയെ സംബന്ധിച്ചിടത്തോളം ഇതൊരു ചരിത്രമുഹൂർത്തമാണ്. നാല്പതു വർഷത്തെ ചരിത്രത്തിലിതുവരെയുണ്ടാകാത്ത ആനന്ദവും അഭിമാനവുമാണ് ഈ നിയമസഭയിൽ ഈ നിമിഷങ്ങളിൽ നിറഞ്ഞു നില്ക്കുന്നത്. ഈ നിയമസഭ ഇത്രയും പവിത്രമായ ഒരു സവിശേഷ സന്ദർഭത്തിനുവേണ്ടി പ്രത്യേകമായി സമ്മേളിക്കുന്നത് ഇത് ആദ്യമാണ്.

ഇന്ത്യയുടെ പതിനൊന്നാമതു രാഷ്ട്രപതിയായി അധികാരമേറ്റ കേരളത്തിന്റെ അഭിമാനമായ ശ്രീ. കെ ആർ നാരായണൻ അവർകളോടുള്ള സ്നേഹാദരങ്ങളാണ് ഈ അസാധാരണ മുഹൂർത്തത്തിനും അനിതരസാധാരണമായ സന്തോഷത്തിനും അടിസ്ഥാനം.

ഡോ. രാജേന്ദ്രപ്രസാദിന്റെയും ഡോ. സർവ്വേപ്പള്ളി രാധാകൃഷ്ണന്റെയുമൊക്കെ പിന്മുറക്കാരനായി ഇന്ത്യയുടെ പ്രഥമ പൗരനായി ഉയർന്നു നില്ക്കുന്ന ശ്രീ. കെ ആർ നാരായണനെക്കുറിച്ച് ഇന്ത്യയാകെ ഇന്ന് അഭിമാനിക്കുകയാണ്. എളിയ ജീവിതസാഹചര്യങ്ങളിൽ നിന്ന് ഇന്ത്യയുടെ പരമോന്നത സ്ഥാനത്തേക്ക് എത്തിയ അദ്ദേഹത്തിന് ഈ ഉയർച്ചയ്ക്കുള്ള മൂലധനമായത് നിസ്വാർത്ഥതയും അർപ്പണബോധവും ഉയർന്ന ബോധനിലവാരവും അച്ചടക്കവും സമഭാവനയോടെയുള്ള വീക്ഷണങ്ങളും മറ്റുമാണ്.

കേരളത്തിന്റെ അഭിമാനം

സ്വാതന്ത്ര്യലബ്ധിയുടെ സുവർണ്ണജൂബിലി ഘട്ടത്തിൽ, അപകടപ്പെടുന്ന മൂല്യങ്ങളെ പ്രത്യാനയിക്കുക എന്നതാണ് രാഷ്ട്രത്തിന്റെ ധർമ്മം. ആ ധർമ്മം നിറവേറ്റുമെന്ന പ്രതിജ്ഞയുടെ മൂർത്തമായ പ്രതീകമായി ശ്രീ. കെ ആർ നാരായണൻ അവർകളുടെ രാഷ്ട്രപതി സ്ഥാനത്തേക്കുള്ള ഉയർച്ച.

ലോകരാഷ്ട്ര നേതാക്കളുടെ നിരയിലേക്ക് ഉയർത്തിക്കാട്ടാൻ ഇന്ത്യ കണ്ടെത്തിയത് കേരളീയനായ ശ്രീ. കെ ആർ നാരായണൻ അവർകളെ

യാണ് എന്നതിൽ കേരളത്തിനുള്ള അഭിമാനം വിവരണാതീതമാണ്. അദ്ദേഹത്തിന്റെ രാഷ്ട്രപതി സ്ഥാനാരോഹണത്തിന്റെ ഘട്ടത്തിൽ കേരളമാകെ ഒരേയൊരു മനസ്സായി സന്തോഷം കൊണ്ട് മതിമറക്കുകയായിരുന്നു.

"ഭാരതമെന്ന പേർ കേട്ടാലഭിമാന-
പൂരിതമാകണമന്തരംഗം
കേരളമെന്നു കേട്ടാലോ തിളയ്ക്കണം
ചോര നമുക്കു ഞരമ്പുകളിൽ"

എന്ന കവിവാക്യം അക്ഷരാർത്ഥത്തിൽ യാഥാർത്ഥ്യമാവുന്ന നിമിഷങ്ങളായിരുന്നു അത്.

ജന്മനാടായ ഈ മണ്ണിലേക്ക്, കേരളത്തിന്റെ രാഷ്ട്രപതി സ്ഥാനമേറ്റശേഷം ലഭ്യമായ ആദ്യ അവസരത്തിൽ തന്നെ അദ്ദേഹം എത്തിയിരിക്കുകയാണ്.

അഭിവന്ദ്യനായ രാഷ്ട്രപതി, ഈ നാട്, ഈ നിയമസഭ അങ്ങയെ സ്വന്തം ഹൃദയത്തിലേക്കെന്ന പോലെ വരവേല്ക്കുന്നു.

സ്വപ്നങ്ങൾ യാഥാർത്ഥ്യങ്ങളാകാൻ

ലോകരാഷ്ട്രങ്ങൾക്കിടയിൽ ഇന്ത്യയുടെ പങ്ക് എന്താവണമെന്നതിനെക്കുറിച്ച് 1947 ആഗസ്ത് 14 ന് കോൺസ്റ്റിറ്റ്യുവന്റ് അസംബ്ലിയിൽ പ്രസംഗിക്കവേ പണ്ഡിറ്റ് ജവഹർലാൽ നെഹ്റു പറഞ്ഞു:

"We have to labour and work, to give reality to our dreams. Those dreams are also for the world, for all the nations and people. Peace has been said to be indivisible; so is freedom, so is prosperity now; and so also is disaster in this one world that can no longer be split into isolated fragments"

സ്വപ്നങ്ങൾ യാഥാർത്ഥ്യമാക്കാൻ നാം ഏറെ കഠിനമായി പ്രവർത്തിക്കേണ്ടതുണ്ട് എന്ന് നെഹ്റു പറഞ്ഞു. സ്വാതന്ത്ര്യലബ്ധിക്കുശേഷം 50 വർഷമെത്തിയ ഈ ഘട്ടത്തിലും അത് പ്രസക്തമാണ്.

അതിജീവനത്തിന്റെ മന്ത്രം

നാം ഇനിയും ഏറെദൂരം പോകേണ്ടതുണ്ട്. ആ യാത്രയിൽ നായകനായി നില്ക്കാൻ ശ്രീ. കെ ആർ നാരായണൻ അവർകളെപ്പോലെ ഉന്നതശീർഷനായ ഒരു രാഷ്ട്രപതി നമുക്കുണ്ട് എന്നത് ഈ യാത്രയ്ക്ക് ആത്മവിശ്വാസം പകരുന്ന പ്രത്യാശയുടേതായ ഒരു തെളിവെളിച്ചമാണ്.

മനസ്സ് നിർഭയവും ശീർഷം സമുന്നതവുമായിരിക്കുന്ന മുക്തിയുടേതായ ഒരവസ്ഥയെക്കുറിച്ചു രവീന്ദ്രനാഥ ടാഗോർ പാടി. ആ അവസ്ഥയെ സത്യമാക്കി മാറ്റുന്നതിനു വേണ്ടിയുള്ള പ്രവർത്തനങ്ങൾക്ക് ആക്കം കൂട്ടാൻ, അഭിവന്ദ്യനായ രാഷ്ട്രപതി, അങ്ങയുടെ നേതൃത്വത്തിന് കഴിയുമെന്ന് ഞങ്ങൾ ഉറച്ചു വിശ്വസിക്കുന്നു.

ഒരു പ്രത്യേക അന്താരാഷ്ട്ര സാഹചര്യം നിലനില്ക്കുമ്പോഴാണ് ഇന്ത്യയുടെ നായകസ്ഥാനം ശ്രീ. കെ ആർ നാരായണൻ അവർകൾ ഏറ്റെടുക്കുന്നത്.

ഇത്തരം വെല്ലുവിളികളുടേതായ ഘട്ടത്തിൽ കാറ്റിലും കോളിലും പെടാതെ ഇന്ത്യയെ നേരായ മാർഗ്ഗത്തിലൂടെ നയിക്കുക എന്നതാണ് ചരിത്രം അദ്ദേഹത്തോടാവശ്യപ്പെടുന്ന കടമ.

കോളിളക്കമുള്ള ഇത്തരം അവസ്ഥകളെ ഇന്ത്യ അതിജീവിക്കുന്നതിനെക്കുറിച്ച് ടാഗോർ ഒരിക്കൽ എഴുതി:

"I love India not because I cultivative the idolatry of geography, not because I have had the chance to be born in her soil, but because she has save though tumultuous ages the living words that have come from the illuminated consciousness of her great sons."

കേരളത്തിന്റെ സംഭാവന

കോളിളക്കങ്ങളെ അതിജീവിക്കാൻ വേണ്ട ബോധം പടർത്തുന്ന ഇന്ത്യയുടെ മഹാത്മാക്കളായ മക്കളുടെ നിരയിലേക്ക് കേരളം നല്കിയ സംഭാവനയാണ് ശ്രീ. കെ ആർ നാരായണന്റെ ദീപ്തമായ വ്യക്തിത്വം.

ഏതെങ്കിലും ഒരു കക്ഷിയുടെ സ്ഥാനാർത്ഥിയായല്ല, ഇന്ത്യൻ ജനതയുടെ, അവരെ പ്രതിനിധീകരിക്കുന്ന മിക്കവാറും എല്ലാ രാഷ്ട്രീയകക്ഷികളുടെയും പൊതുസമ്മതനായ സ്ഥാനാർത്ഥിയായാണ് അദ്ദേഹം ഉയർന്നുവന്നത്. അതുകൊണ്ടുതന്നെ ഏറ്റവും കൂടുതൽ വോട്ടുമൂല്യം 94.97% അദ്ദേഹത്തിനു ലഭിച്ചു. ഇന്ത്യയിലങ്ങോളമിങ്ങോളം അദ്ദേഹത്തിനു ലഭിച്ച സ്വീകാര്യതയ്ക്ക് നിദർശനമാണിത്.

ജനങ്ങൾ പകർന്നുകൊടുത്ത പിന്തുണ അദ്ദേഹത്തിന് എല്ലാ വെല്ലുവിളികളെയും അതിജീവിച്ച് ഇന്ത്യയെ നന്മയിലേക്കും പുരോഗതിയിലേക്കും നയിക്കാൻ വേണ്ട കരുത്തു പകരും. ഈ രാഷ്ട്രത്തിന്റെ പുതിയ രാഷ്ട്രപതിയായ ശ്രീ. കെ ആർ നാരായണൻ അവർകളെ ഞാൻ ആഹ്ലാദപൂർവ്വം, അഭിമാനപൂർവ്വം അഭിനന്ദിക്കുന്നു, അനുമോദിക്കുന്നു. ഈ നിയമസഭയുടെ സന്തോഷത്തിൽ ഹൃദയപൂർവ്വം പങ്കുചേരുന്നു.

III

ഇന്ത്യയുടെ രാഷ്ട്രപതിയായി അധികാരമേറ്റെടുത്ത ശേഷം ജന്മനാട്ടിലേക്ക് ആദ്യമായി എത്തുന്ന കേരളത്തിന്റെ അഭിമാനമായ ശ്രീ. കെ ആർ നാരായണൻ അവർകളെ ഈ സംസ്ഥാനത്തിന്റെ പേരിൽ, കേരള ജനതയുടെ പേരിൽ, ഞാൻ ഇവിടേക്ക് സ്വാഗതം ചെയ്യുന്നു; അദ്ദേഹത്തെ അഭിവാദ്യം ചെയ്യുന്നു.

നൂറുകോടിയോളം ജനങ്ങളുള്ള ഇന്ത്യയെ മൂന്നു കോടിയോളം മാത്രം വരുന്ന കേരള ജനത നയിക്കുന്നതുപോലുള്ള ഒരു സന്തോഷ

മാണ് അഭിവന്ദ്യനായ ശ്രീ. കെ ആർ നാരായണൻ അവർകളുടെ പേരിൽ ഇന്ന് ഓരോ മലയാളിയും അനുഭവിക്കുന്നത് എന്ന് അദ്ദേഹത്തെ അറിയിക്കാൻ എനിക്ക് സന്തോഷമുണ്ട്.

ലോകഭൂപടത്തിൽ കേരളം തിളങ്ങി നിന്ന അപൂർവ്വം ചില സന്ദർഭങ്ങളുണ്ടായിട്ടുണ്ട്. അത്തരമൊരു മഹത്വപൂർണ്ണമായ നിമിഷമായിരുന്നു ശ്രീ. കെ ആർ നാരായണൻ അവർകളുടെ രാഷ്ട്രപതി സ്ഥാനാരോഹണത്തിന്റേത്.

ലോകരാഷ്ട്ര നേതാക്കളുടെ നിരയിലേക്ക് പ്രഗത്ഭമതിയായ ഒരു

പ്രതിഭയെ സംഭാവന ചെയ്യാൻ കഴിഞ്ഞതിന്റെ ചാരിതാർത്ഥ്യവും കൃതാർത്ഥതയുമാണ് മലയാളക്കര ഇന്ന് അനുഭവിക്കുന്നത്.

സ്വാതന്ത്ര്യലബ്ധിയുടെ സുവർണ്ണ ജൂബിലി ആഘോഷിക്കുന്ന വർഷത്തിൽ നമ്മുടെ സ്വാതന്ത്ര്യത്തിന് സവിശേഷമായ ഒരു അർത്ഥം കൈവന്നിരിക്കുന്നു. ശ്രീ. കെ ആർ നാരായണൻ അവർകളുടെ രാഷ്ട്രപതി സ്ഥാനാരോഹണത്തിലൂടെ നമ്മുടെ രാഷ്ട്രപിതാവ് നെഞ്ചോടു ചേർത്തുപിടിച്ച ഒരു സ്വപ്നത്തിന്റെ മഹനീയമായ സാഫല്യം കൂടിയാണത്.

സ്വന്തം ജീവൻ നല്കി ഇന്ത്യയെ സ്വാതന്ത്ര്യത്തിലേക്കു നയിച്ച വക്കം ഖാദർ മുതൽ ഭഗത്സിങ് വരെ നീണ്ട രക്തസാക്ഷികളുടെ ഒരു നിര തന്നെയുണ്ട്. അവരുടെ സങ്കല്പത്തിൽ ഒരു ഇന്ത്യയുണ്ടായിരുന്നു. സമൃദ്ധിയുടെ, ഐശ്വര്യത്തിന്റെ, സമഭാവനയുടെ, സാഹോദര്യത്തിന്റെ വിളനിലമായ ഇന്ത്യ.

അത്തരമൊരു അവസ്ഥ സൃഷ്ടിച്ചെടുക്കാനുള്ള ശ്രമങ്ങൾക്ക് കരുത്തു പകരുന്നതാവും സാധാരണക്കാരനിൽ സാധാരണക്കാരനാണെങ്കിലും അസാധാരണമായ വ്യക്തിത്വത്തിന്റെ ഉടമയായ ശ്രീ. കെ ആർ നാരായണൻ അവർകളുടെ സ്ഥാനാരോഹണം എന്ന് ജനങ്ങൾ ചിന്തിക്കുന്നു. അതുകൊണ്ടുതന്നെ കേരള സംസ്ഥാനത്തിനും കേരള ജനതയ്ക്കും അഭിമാനകരമായ ഒരു ചരിത്രഘട്ടമായി ഇതു കരുതപ്പെടും. നാടിന്റെ ആ പൊതു സന്തോഷമാണ് ഈ പൗരസ്വീകരണ സമ്മേളനത്തിലും അലയടിച്ചു കാണുന്നത്.

മൂല്യച്യുതികൾക്കെതിരെ

രാഷ്ട്രീയരംഗത്തു പലവിധത്തിലുമുള്ള മൂല്യച്യുതികളും അപഭ്രംശങ്ങളും സംഭവിക്കുന്ന കാലമാണിത് എന്ന് നമുക്കറിയാം. അതുകൊണ്ടുതന്നെ അന്ധകാരം പടരുന്ന ഒരു ഘട്ടത്തിൽ പ്രത്യാശയുടെ രജതരേഖയാവുന്നുണ്ട് അദ്ദേഹത്തിന്റെ നേതൃത്വം.

ഇന്ത്യയിലെ ജനതയുടെ ഉയർന്ന ചിന്താനിലവാരത്തിന്റെയും സാംസ്കാരികബോധത്തിന്റെയും പ്രതിഫലനമാണ് ശ്രീ. കെ ആർ നാരായണൻ അവർകളെ രാഷ്ട്രപതിയായി തിരഞ്ഞെടുത്തതിൽ തെളിയുന്നത്. ഇന്ത്യയിലെ ഉത്തരവാദിത്വമുള്ള മിക്കവാറും എല്ലാ രാഷ്ട്രീയ പാർട്ടികളുടെയും പിന്തുണയോടുകൂടിയാണ് അദ്ദേഹം രാഷ്ട്രപതി സ്ഥാനത്തേക്കുയർന്നത്. ഏതെങ്കിലും ഒരു കക്ഷിയുടെ സ്ഥാനാർത്ഥിയായല്ല, മിക്കവാറും എല്ലാ രാഷ്ട്രീയകക്ഷികളുടെയും സ്ഥാനാർത്ഥിയായാണ് അദ്ദേഹം ഉയർന്നുവന്നത്. മൊത്തം വോട്ടിന്റെ 94.97% അദ്ദേഹത്തിനു ലഭിച്ചു എന്നതിൽ നിന്നുതന്നെ അദ്ദേഹത്തിന്റെ സ്വീകാര്യത സമ്പൂർണ്ണമാണ് എന്നു വരുന്നു. മത്സരമുണ്ടായിരിക്കെത്തന്നെ ഇത്ര വ്യാപകമായ സ്വീകാര്യതയോടെ രാഷ്ട്രത്തിന്റെ പ്രഥമ പൗര സ്ഥാനത്തേക്ക് ഉയർന്ന മറ്റൊരാളില്ല.

സേവനത്തിന്റെ വ്യത്യസ്ത തുറകൾ

പത്രപ്രവർത്തകൻ, നയതന്ത്രജ്ഞൻ, കേന്ദ്രമന്ത്രി, അക്കാദമീഷ്യൻ, പാർലമെന്റ് അംഗം, വൈസ് ചാൻസലർ, ഉപരാഷ്ട്രപതി എന്നിങ്ങനെ വ്യത്യസ്തമായ സ്ഥാനങ്ങളലങ്കരിക്കുകയും അവയിലോരോന്നിലും തന്റെ വ്യക്തിത്വം പ്രകടമാക്കുകയും ചെയ്ത വ്യക്തിയാണ് നമ്മുടെ രാഷ്ട്രപതി.

നയതന്ത്ര പ്രതിനിധി എന്ന നിലയ്ക്ക് ഇന്ത്യയുടെ താല്പര്യങ്ങൾ സംരക്ഷിക്കാൻ അദ്ദേഹം നടത്തിയ പ്രവർത്തനങ്ങൾ ഏവർക്കും അറിവുള്ളതാണ്.

ആസാമിലെ നെല്ലി കൂട്ടക്കൊല മുൻനിർത്തി ഇന്ത്യയെ അപകീർത്തിപ്പെടുത്താൻ ചിലർ ശ്രമിച്ചപ്പോൾ യഥാർത്ഥ ചിത്രമെന്തെന്നു ലോക സമക്ഷം അവതരിപ്പിക്കുന്നതിന് അമേരിക്കയിലെ ഇന്ത്യൻ നയതന്ത്ര പ്രതിനിധിയായിരിക്കെ അദ്ദേഹത്തിനു സമർത്ഥമാംവിധം സാധിച്ചു.

അമേരിക്കൻ കോൺഗ്രസിന്റെ വിദേശകാര്യ ഏഷ്യൻ സബ്കമ്മിറ്റിയെ, പാകിസ്ഥാന് അമേരിക്ക ആയുധം നല്കുന്നതുകൊണ്ടുണ്ടാകുന്ന വിപത്തു ബോദ്ധ്യപ്പെടുത്താൻ അദ്ദേഹം നടത്തിയ ശ്രമങ്ങളും ലോകവ്യാപകമായി ശ്രദ്ധിക്കപ്പെട്ടതാണ്.

ഇന്ത്യയെക്കുറിച്ച് സാർവ്വദേശീയ രംഗത്തുണ്ടായ പല തെറ്റിദ്ധാരണകളും നീക്കാനും ഇന്ത്യയുടെ അഭിമാനം ഉയർത്തിപ്പിടിക്കാനും അദ്ദേഹം നടത്തിയ സഫലമായ ശ്രമങ്ങൾ നയതന്ത്രവൃത്തങ്ങളിലെ വിസ്മയങ്ങളാണ്.

രാഷ്ട്രപതിയുടെ മഹത്വം

സമൂഹത്തിലെ പ്രതികൂല സാഹചര്യങ്ങളോട്, മങ്ങാത്ത ഇച്ഛാശക്തികൊണ്ട് പടപൊരുതി വളർന്നുവന്ന കേരളത്തിന്റെ മകൻ ഇന്ത്യയുടെ പ്രഥമ പൗരനെന്ന നിലയിൽ ഇന്ത്യയുടെ യശസ്സിന്റെ പതാക ഇനിയുമേറെ ഉയരത്തിലേക്കുയർത്തുമെന്ന കാര്യത്തിൽ സംശയമില്ല.

അദ്ദേഹത്തിൽ ഒരു അദ്ധ്യാപകനുണ്ട്, പത്രപ്രവർത്തകനുണ്ട്, നയതന്ത്രജ്ഞനുണ്ട്, ചിന്തകനുണ്ട്. ഇവയുടെ ആകത്തുകയാണ് പരിണതപ്രജ്ഞനായ ഈ രാഷ്ട്രനായകന്റെ മനസ്സ്.

നിർണ്ണായക ഘട്ടങ്ങളിൽ തീരുമാനങ്ങളെടുക്കുന്നതിനും പ്രക്ഷുബ്ധമായ കാലയളവിൽ രാഷ്ട്രത്തെ നേർവഴിക്കു നയിക്കുന്നതിനും ആ വിശിഷ്ടമായ നേതൃത്വത്തിനു കഴിയുമെന്നത് ഇന്ത്യൻ ജനതയുടെ ആത്മവിശ്വാസം വർദ്ധിപ്പിക്കുന്ന ഘടകമാണ്.

കരുത്തുറ്റ നേതൃത്വം

അന്താരാഷ്ട്ര സാമ്പത്തിക ബന്ധങ്ങളും മറ്റും ഇന്ത്യയുടെ സാമ്പത്തിക പരമാധികാരത്തിനു നേർക്കു വെല്ലുവിളി ഉയർത്തുമ്പോൾ അവയെ

ചെറുക്കുവാനും നമ്മുടെ താല്പര്യങ്ങളെ സംരക്ഷിക്കുവാനും കരുത്തുറ്റ നേതൃത്വമാണാവശ്യം.

രാഷ്ട്രത്തിന്റെ ഐക്യത്തിനു നേർക്ക് വിഘടന – വിദ്ധ്വംസക – ഛിദ്രശക്തികൾ ആഭ്യന്തരമായിത്തന്നെ വെല്ലുവിളി ഉയർത്തുമ്പോൾ ജനങ്ങളുടെ ഒരുമയും രാഷ്ട്രത്തിന്റെ ഐക്യവും മതനിരപേക്ഷതയുടെ മൂല്യങ്ങളും കാത്തു സൂക്ഷിക്കാൻ കരുത്തുറ്റ നേതൃത്വമാണ് ആവശ്യം.

അത്തരം വെല്ലുവിളികളെയാകെ ചെറുത്തു തോല്പിച്ച് ഇന്ത്യയെ ശോഭനമായ ഒരു ഭാവിയിലേക്ക് നയിക്കാൻ, നന്മയിലേക്കും പുരോഗതിയിലേക്കും നയിക്കാൻ, മൂല്യബോധമുള്ള ആ വ്യക്തിത്വത്തിന്റെ ദീപ്തിക്കു കഴിയും.

ജനാധിപത്യം, സ്വാശ്രയത്വം, സ്വാതന്ത്ര്യം, സോഷ്യലിസം തുടങ്ങിയ സങ്കല്പങ്ങളുടെ കാവലാളായി ഇന്ത്യയെ കാറ്റിലും കോളിലുംപെടാതെ നയിക്കാൻ അദ്ദേഹത്തിനു കഴിയും എന്ന് നമുക്കുറപ്പുണ്ട്.

അദ്ദേഹത്തെ കേരളത്തിന്റെ മണ്ണിലേക്ക്, അദ്ദേഹത്തിന്റെ സ്വന്തം മണ്ണിലേക്കു ഞാൻ സ്വാഗതം ചെയ്യുന്നു. പ്രവർത്തനനിരതമായ ഒരു ഭാവി അദ്ദേഹത്തിന് ആശംസിക്കുന്നു.

I. *രാഷ്ട്രപതിയായി ശ്രീ. കെ ആർ നാരായണൻ അധികാരമേറ്റ 1997 ജൂലൈ 25 ന് അദ്ദേഹത്തെ അനുമോദിച്ചുകൊണ്ട് നിയമസഭയിൽ ചെയ്ത പ്രസംഗം.*

II. *കേരള നിയമസഭ നല്കിയ സ്വീകരണച്ചടങ്ങിൽ ചെയ്ത പ്രസംഗം – സെപ്തംബർ 18, 1997.*

III. *സംസ്ഥാന സർക്കാരിന്റെ ആഭിമുഖ്യത്തിൽ 1997 സെപ്തംബർ 17 ന് തിരുവനന്തപുരത്ത് നല്കിയ പൗരസ്വീകരണത്തിൽ ചെയ്ത പ്രസംഗം.*

www.ingramcontent.com/pod-product-compliance
Lightning Source LLC
LaVergne TN
LVHW041111150826
845673LV00007B/2016

* 9 7 8 9 3 8 9 4 1 0 8 2 2 *